தொழில் உத்தி

‘பிரையன் டிரேசி வெற்றி நூலகம்’
என்ற தலைப்பின் கீழ்
மஞ்சுள் பப்ளிஷிங் ஹவுஸ்
தமிழில் வெளியிட்டுள்ள நூல்கள்

1. தலைமைத்துவம்
2. நிர்வாகத் திறமை
3. சந்தை நிர்வாகம்
4. ஊக்குவிப்பு
5. தனிநபர் வெற்றி
6. விற்பனையில் வெற்றி
7. நேர நிர்வாகம்
8. தொழில் உத்தி

தொழில் உத்தி

பிரையன் டிரேசி

தமிழில்:
PSV குமாரசாமி

MANJUL
மஞ்சுள் பப்ளிஷிங் ஹவுஸ்

First published in India by

MANJUL

Manjul Publishing House
Corporate and Editorial Office
•2nd Floor, Usha Preet Complex, 42 Malviya Nagar, Bhopal 462 003 – India
Sales and Marketing Office
•C-16, Sector 3, Noida, Uttar Pradesh 201301 – India
Website: www.manjulindia.com
Distribution Centres
Ahmedabad, Bengaluru, Kochi, Kolkata, Chennai,
Hyderabad, Mumbai, New Delhi, Pune

Tamil Translation of *Business Strategy* by Brian Tracy

Tamil edition first published in 2024 by Manjul Publishing House Pvt. Ltd.

This edition first published in 2024
Third impression 2026

ISBN 978-93-5543-621-4

Translated by PSV Kumarasamy
Edited by Nagalakshmi Shanmugam
Layout by Manoranjan Kumar

Printed and bound in India by Repro India Limited

உள்ளடக்கம்

முன்னுரை

வாழ்வில் நம் எல்லோருக்குமே திருப்புமுனைகள் வருகின்றன. அதன் பிறகு நம் வாழ்க்கை முற்றிலுமாக மாறிவிடுகிறது. நான் என்னுடைய இருபதுகளில் இருந்தபோது, இலக்குகள் பற்றித் தற்செயலாக எனக்குத் தெரிய வந்தது. அதைத் தொடர்ந்து, முப்பது நாட்களுக்குள் என் வாழ்க்கை என்றென்றைக்குமாக மாறிவிட்டது.

இலக்குகள் பற்றியும், தொழில் வெற்றிக்கும் தனிநபர் வெற்றிக்கும் அவை எவ்வளவு முக்கியமானவை என்பது பற்றியும் காலப்போக்கில் நான் கற்றறிந்தேன். ஒரு விஷயம் என்னை வியப்பில் ஆழ்த்தியது: தொழிலுலகில் அனைத்து நிலைகளிலும் 3 சதவீதத்திற்கும் குறைவான மக்களே, அன்றாடம் அவர்கள் எந்த வாழ்க்கைக்காகக் கடினமாக உழைத்துக் கொண்டிருந்தனரோ அந்த வாழ்க்கைக்கான தெளிவான, திட்டவட்டமான,

எழுத்துபூர்வமான, மற்றும் காலவரையறையுடன்கூடிய இலக்குகளைக் கொண்டிருந்தனர்!

நான் என் சொந்த வாழ்க்கைக்கு இலக்குகளை நிர்ணயித்து, தெளிவாக வரையறுக்கப்பட்ட இலக்குகளை நோக்கிச் செயல்படுவதால் விளைகின்ற நம்புதற்கரிய மாற்றங்களை அனுபவிக்கத் தொடங்கியவுடன், உத்தி, குறிப்பாகத் தொழில் உத்தி, குறித்து நான் தீவிர ஆர்வம் கொண்டேன். தொழில் உத்தி என்பது உண்மையில் தொழில்சார் இலக்குகளை நிர்ணயித்தலாகும். பல ஆண்டுகளாக, வரலாற்றின் தலைசிறந்த இராணுவத் தளபதிகளைப் பற்றியும், பாதகமான சூழல்களில்கூட அசாதாரணமான வெற்றிகளை அடைவதற்கு உத்திசார் சிந்தனையை அவர்கள் எவ்வாறு பயன்படுத்தினர் என்பது பற்றியும் நான் ஆய்வு செய்தேன்.

கடந்த முப்பது ஆண்டுகளின் ஊடாக, உலகின் மிகப் பெரிய நிறுவனங்களில் 1,000க்கு மேற்பட்டவற்றுடனும், 10,000க்கு மேற்பட்டச் சிறிய மற்றும் நடுத்தர அளவு நிறுவனங்களுடனும் இணைந்து நான் பணியாற்றியுள்ளேன். உத்திசார் திட்டமிடுதல் என்ற விஷயமும், எந்தவொரு நிறுவனத்தின்மீதும் அது ஏற்படுத்தக்கூடிய தாக்கமும் என்னைப் பெரிதும் கவர்ந்தன.

பெரும்பாலான நிறுவனங்களிடம் எந்தவோர் உத்திசார் திட்டமும் இல்லை என்பதை நான் கண்டறிந்தேன். அவர்களிடம் வரவு-செலவுத் திட்டம் ஒன்று உள்ளது. ஒரு குறிப்பிட்டக் காலகட்டத்திற்கான விற்பனைக் கணிப்புகள் அவர்களிடம் இருக்கின்றன. நிறுவனத்தின் செயல்பாட்டுத் திட்டங்கள் அவர்களிடம் உள்ளன. அவர்களிடம் எதிர்பார்ப்புகளும் கனவுகளும் ஆசைகளும் இருக்கின்றன, ஆனால் நிறுவனத்தின் எதிர்காலத்தை வலிமைப்படுத்துவதையும், அவர்கள் இப்போது இருக்கும் இடத்திலிருந்து அவர்கள் விரும்புகின்ற இடத்திற்குப் போய்ச் சேர்வதற்கான வழியைத் தீர்மானிப்பதையும் பொறுத்தவரை, வெகுசில

நிறுவனங்களிடமே ஓர் உண்மையான உத்திசார் திட்டம் இருக்கிறது.

தொழில் மாதிரி புதுமைப்புனைவு

மனிதகுல வரலாற்றில் மிகவும் வியத்தகு மாற்றத்தின் ஒரு யுகத்தில் நாம் வாழ்ந்து கொண்டிருக்கிறோம். சில நிறுவனங்களுக்கு நெடுங்காலமாக மிகச் சிறப்பாகப் பலனளித்து வந்துள்ள பல அம்சங்கள் இன்று முற்றிலுமாகப் பயனற்றுப் போயுள்ளன. சந்தையில் முன்னணி நிலை வகித்துக் கொண்டிருந்த பிளாக்பஸ்டர், பார்டர் புக்ஸ் போன்ற நிறுவனங்கள், தொழில் சூழல் மாறியபோது ஓரிரு ஆண்டுகளில் திவாலாகிவிட்டன.

இன்று, ஒரு தொழிலின் வெற்றியை அல்லது தோல்வியைத் தீர்மானிப்பதில் தொழில் மாதிரி புதுமைப்புனைவு ஒரு முக்கியப் பங்காற்றுகிறது. இன்று 80 சதவீத நிறுவனங்கள், வழக்கொழிந்து போய்விட்டத் தொழில் மாதிரிகளைக் கொண்டு பிழைத்திருக்கவும் தழைக்கவும் முயற்சித்துக் கொண்டிருப்பதாக வல்லுநர்கள் தெரிவிக்கின்றனர். செய்தித்தாள்கள், பத்திரிகைகள், மற்றும் பாரம்பரிய ஊடகங்களின் இன்றைய நிலையைப் பாருங்கள். அவை அனைத்தும் தீவிரப் பிரச்சனையில் உள்ளன.

உங்களுடைய மிக முக்கியமான வேலை

நீங்கள் செய்கின்ற மிக முக்கியமான வேலை எது? 'சிந்தித்தல்' என்பதுதான் அதற்கான பதில். நீங்கள் யார், உங்களுக்கு என்ன வேண்டும், உங்கள் தொழிலுக்கு ஓர் அற்புதமான எதிர்காலத்தை எவ்வாறு உருவாக்குவது ஆகியவற்றைப் பற்றித் தெளிவாகச் சிந்திப்பதற்கான உங்கள் திறன்தான், நீங்கள் செய்யக்கூடிய வேறு எதுவொன்றையும்விட மிக முக்கியமானது. உத்திசார் திட்டமிடுதல் தொடர்பாக உருவாக்கப்பட்டுள்ள

மிகவும் சக்திவாய்ந்த, மிகவும் உதவிகரமான, மற்றும் மிகவும் முக்கியமான யோசனைகளை இனி வரும் பக்கங்களில் நான் உங்களோடு பகிர்ந்து கொள்ளவிருக்கிறேன். தெளிவாகவும் சிறப்பாகவும் சிந்திக்கவும், உங்களுடைய தொழிலின் எதிர்காலம் குறித்துச் சிறப்பான தீர்மானங்கள் மேற்கொள்ளவும் நீங்கள் கற்றுக் கொள்வீர்கள்.

நான் பகிர்ந்து கொண்டுள்ள யோசனைகள் மற்றும் உள்நோக்குகள் ஒவ்வொன்றுடனும், சிறப்பான விளைவுகளைப் பெறுவதற்கு நீங்கள் உடனடியாக மேற்கொள்ளக்கூடிய நடவடிக்கைகளைப் பற்றிய உங்களுடைய சொந்த யோசனைகளையும் நீங்கள் சிந்திப்பீர்கள். உங்கள் தொழிலில் உடனடியாக நீங்கள் மாற்றக்கூடிய அல்லது மேம்படுத்தக்கூடிய விஷயங்களை நீங்கள் பார்ப்பீர்கள். நீங்கள் ஓர் ஒற்றை-நபர் நிறுவனமாக இருந்தாலும் சரி அல்லது ஒரு மாபெரும் சர்வதேச நிறுவனமாக இருந்தாலும் சரி, நீங்களும் உங்களைச் சுற்றியுள்ளவர்களும் 'தொழில் உத்தி' கொள்கைகளைக் கடைபிடிக்கும்போது, இந்தத் திறன் இல்லாத நிறுவனங்கள் ஐந்து அல்லது பத்து ஆண்டுகளில் சாதிப்பவற்றைவிட அதிகமானவற்றை ஒரு சில ஆண்டுகளில் உங்களால் சாதிக்க முடிவதை நீங்கள் காண்பீர்கள்.

உத்தி சார்ந்து சிந்தித்துச் செயல்படுவதன் மூலம், நீங்கள் உங்கள் இலாபத்தை அதிகரிப்பதோடு, உங்கள் நிறுவனத்திடமிருந்து அல்லது வேலையிலிருந்து கிடைக்கின்ற மனநிறைவின் அளவையும் நீங்கள் அதிகரிப்பீர்கள். உங்களுடைய ஒட்டுமொத்தத் தரத்தின் அளவையும் சந்தை ஊடுருவலின் அளவையும் நீங்கள் அதிகரிப்பீர்கள். மிக முக்கியமாக, உங்களுடைய தனிப்பட்ட வாழ்க்கை மற்றும் தொழில் வாழ்க்கையின் தலைவிதி உங்கள் கட்டுப்பாட்டில் இருப்பது போன்ற ஒரு மகத்தான உணர்வை நீங்கள் அனுபவிப்பீர்கள். நீங்கள் ஒவ்வோர் ஆண்டும் உங்கள் தொழில்

வாழ்க்கையைத் திரும்பிப் பார்த்து, "நான் வந்து சேர விரும்பிய இடம் துல்லியமாக இதுதான்!" என்று உங்களால் சொல்ல முடியும்.

அத்தியாயம் ஒன்று

மாவீரன் அலெக்சாண்டர் எனும் மாபெரும் உத்தியாளன்

இதுவரை வாழ்ந்துள்ள மனிதர்களிலேயே தலைசிறந்த உத்தியாளரை இப்போது நான் உங்களுக்கு அறிமுகம் செய்து வைக்கப் போகிறேன். அவர் ஒரு பெருநிறுவனத்தில் ஒரு கீழ்நிலை மேலாளராகத் தன் வாழ்க்கையைத் தொடங்கினார். பின்னர் அவர் படிப்படியாகத் தன் வேலையில் உயர்ந்தார். அவருடைய பெயர் அலெக்ஸ். அந்த நிறுவனத்தின் தலைமைப் பதவியிலிருந்த அவருடைய தந்தையாரும் அந்த நிறுவனத்தின் கீழ்மட்டத்திலிருந்துதான் தன் வாழ்க்கையைத் தொடங்கியிருந்தார்.

அலெக்ஸ் தன் தந்தையை மிகவும் கொண்டாடினார், அவரிடமிருந்து ஏகப்பட்ட விஷயங்களைக் கற்றுக் கொண்டார். அவர் வளர்ந்து வந்தபோது, தன்

தந்தையின் கீழ் அவர் படித்தார். இப்போது தன் தந்தை நிர்வகித்துக் கொண்டிருப்பதைக் காட்டிலும் மிகப் பெரிய நிறுவனம் ஒன்றைத் தான் உருவாக்க வேண்டும் என்று அவர் கனவு கண்டார்.

நான் இங்குக் குறிப்பிட்டுக் கொண்டிருக்கின்ற அலெக்ஸ், மாவீரன் அலெக்சாண்டர்தான். அவர்தான் வரலாற்றில் முதன்முறையாக மாவீரன் என்று அவர் வாழ்ந்த காலத்திலும் வரலாறு நெடுகிலும் கொண்டாடப்பட்டவர்.

எதிர்பாராத பதவி உயர்வு

அலெக்சாண்டருக்கு இருபது வயதாக இருந்தபோது அவருடைய தந்தை படுகொலை செய்யப்பட்டார். அதனால், அலெக்சாண்டர் உடனடியாக மாசிடோனின் அரசராகப் பதவியேற்றார்.

இன்று மாசிடோனியா என்று அழைக்கப்படுகின்ற மாசிடோன், கிரேக்க நாட்டின் வடக்குப் பகுதியிலிருந்த ஒரு பிரதேசம். பழங்குடியினரான மாசிடோனியர்கள் வலுவானவர்களாகவும், வீரமிக்கவர்களாகவும், போர்க் கலையில் சிறந்தவர்களாகவும் திகழ்ந்தனர். அலெக்சாண்டரின் தந்தை பிலிப்பின் ஆட்சியின் கீழ் அவர்கள் மொத்தக் கிரேக்கத்தையும் வெற்றி கொண்டு அதை ஆண்டு வந்தனர்.

அலெக்சாண்டரின் குடும்பத்திற்குள்ளும் சரி, அவருடைய இராணுவத்திற்குள்ளும் சரி, கிரேக்கத்தை ஆண்ட பிற குழுக்களுக்கு இடையேயும் சரி, அவருக்கு ஏகப்பட்ட எதிரிகள் அல்லது சந்தைப் போட்டியாளர்கள் இருந்தனர். அவர்கள் அலெக்சாண்டரின் இடத்திற்குக் குறி வைத்தனர். அவர் அரியணை ஏறியதும், தன்னைக் கொல்லவும், கிரேக்கத்தை மாசிடோனின் பிடியிலிருந்து விடுவிக்கவும் பல சதித் திட்டங்கள் தீட்டப்பட்டதை அலெக்சாண்டர் அறிந்து கொண்டார்.

தலைமைத்துவம்

உடனே அலெக்சாண்டர் விஷயங்களைத் தன் கட்டுப்பாட்டிற்குள் எடுத்துக் கொண்டார். அவர் முதலில் தன் இராணுவத்தில் களையெடுத்தார். பின் அதை மறுசீரமைத்து, தன் நம்பிக்கைக்குப் பாத்திரமாக இருந்தவர்களைப் பொறுப்பான பதவிகளில் அவர் அமர்த்தினார். பிறகு, தனக்கு எதிராகத் தூண்டிவிடப்பட்ட எதிரிப் படைகளோடு மோதி அவர் அவர்களை அடியோடு ஒழித்துக்கட்டினார். இதன் விளைவாக, அவர் தன்னுடைய 21-வது வயதில் கிரேக்கத்தின் தலைவராக ஏற்றுக் கொள்ளப்பட்டார்.

பிற உத்தியாளர்களைப்போலவே, அலெக்சாண்டரும் ஒரு இலட்சியத்தைக் கொண்டிருந்தார். அவர் ஒரு மாபெரும் இலக்கை மனத்தில் வைத்திருந்தார். அப்போது அறியப்பட்டிருந்த அனைத்து உலகிற்கும் கிரேக்கக் கலாச்சாரத்தைக் கொண்டு செல்ல அவர் ஆசைப்பட்டார். அந்த நாடுகள் அனைத்தையும் வென்று கிரேக்கத்தின் கட்டுப்பாட்டிற்குள் கொண்டுவர வேண்டும் என்பது அவருடைய நீண்டகாலத் திட்டமாக இருந்தது.

பிணைப்பு மற்றும் கையகப்படுத்துதல் உத்தி

அலெக்சாண்டர் ஒரு பெரும் புத்திசாலி. அவர் தான் வென்றெடுத்த நாடுகளைத் தொந்தரவுக்கு உள்ளாக்கவில்லை. இன்று தொழிலுலகில் சர்வசாதாரணமாகப் பயன்படுத்தப்படுகின்ற ‘பிணைப்பு மற்றும் கையகப்படுத்துதல்’ உத்தியை, அலெக்சாண்டர், வரலாற்றில் முதன்முறையாக நாடுகளின் விஷயத்தில் பயன்படுத்தினார். ஒரு நாடு எதிர்ப்பின்றி அவரிடம் சரணடைந்துவிட்டால், அவர் அதன் ஆட்சியாளர்களை எதுவும் செய்யாமல் விட்டுவிடுவார். அவர்கள் கிரேக்கத்திற்குக் கப்பம் கட்ட

வேண்டும், அவ்வளவுதான். அவர்கள் அதற்கு முன்பு எப்படி ஆண்டு கொண்டிருந்தார்களோ அதைப்போலத் தொடர்ந்து ஆண்டு கொண்டிருக்கலாம். இது இன்றைய நிறுவனங்கள் கட்டிக் கொண்டிருக்கின்ற வரியைப் போன்றது என்று வைத்துக் கொள்ளலாம். இப்போது அந்நாடுகள் கிரேக்கத்தின் கட்டுப்பாட்டில் இருந்ததால், கிரேக்கம் அவர்களுக்குப் பாதுகாப்பளிக்கும்.

அலெக்சாண்டர் இன்னும் ஒரு படி மேலே சென்றார். தான் வென்றெடுத்த நாடுகளின் வீரர்களை அவர் தன் படையில் சேர்த்துக் கொண்டார். பிற நாடுகளை வென்று அவற்றைச் சூறையாடியபோது கிடைத்தக் கொள்ளையிலிருந்து, புதிதாகச் சேர்ந்து கொண்ட வீரர்களுக்கும் அவர் பங்கு பிரித்துக் கொடுத்தார்.

அவர் மத்தியக் கிழக்கின் ஊடாக மேலும் தெற்கு நோக்கி நகரத் தொடங்கியதும் இன்னும் அதிகமான நாட்டு வீரர்களும் இனக்குழுக்களும் அவருடைய படையில் சேர்ந்து கொண்டனர். அலெக்சாண்டரை எதிர்கொண்ட புதிய நாடுகள் அவரை எதிர்த்துப் போரிடாமல் அவருடன் சேர்ந்து அவருடைய படையின் ஓர் அங்கமாக ஆயின. ஒரே ஒரு பிரச்சனை மட்டுமே தீர்க்கப்பட வேண்டியிருந்தது.

முக்கியமான போட்டியாளர்

அலெக்சாண்டரின் உலக ஆக்கிரமிப்பு ஆசைக்கு குறுக்கே நின்று கொண்டிருந்தது, அந்தக் காலகட்டத்தின் மாபெரும் பேரரசான பெர்சியா. அந்த பிரம்மாண்டமான பேரரசை டாரியஸ் ஆண்டு கொண்டிருந்தார். அப்போதைய மத்திய கிழக்கின் கிட்டத்தட்ட அனைத்துப் பகுதிகளையும் உள்ளடக்கியிருந்த அப்பேரரசு, மத்திய தரைக்கடல் பகுதியையும் கடந்து, தற்போதைய பாகிஸ்தான், மற்றும் வட இந்தியாவரை பரந்து விரிந்திருந்தது. 22 வயதான ஒருவனின் தலைமையில் ஒரு படை தன் நாட்டுக்குள்

புகுந்திருந்த செய்தியைக் கேள்விப்பட்ட டாரியஸ் வெகுண்டெழுந்தார்.

டாரியஸும் ஒரு பெரும் புத்திசாலி. தன்னுடைய வாழ்நாளில் தான் எதிர்கொண்டிருந்த முதல் வலுவான எதிரி அலெக்சாண்டர் என்பதை அவர் அறிந்திருந்தார். அதனால், 22,000 வீரர்களைக் கொண்டிருந்த அலெக்சாண்டரின் படையுடன் மோதுவதற்கு 50,000 வீரர்கள் கொண்ட தன் படையை அவர் அனுப்பி வைத்தார். நேரடியாகச் சென்று அந்தச் 'சிறுவனை' நசுக்கி அழிக்குமாறு அவர் தன் படையினருக்கு ஆணையிட்டார்.

ஆனால், டாரியஸ் இவ்வாறுதான் செய்வார் என்பதைக் கணித்திருந்த அலெக்சாண்டர், அவருடைய படையை எதிர்கொள்ள ஒரு சிறந்த உத்தியை வகுத்திருந்தார். அதைப் பின்பற்றி அவர் டாரியஸின் படைகளை ஒட்டுமொத்தமாக அழித்தொழித்தார்.

அதைக் கேள்விப்பட்ட டாரியஸ் இவ்வாறு கூறினார்: "இது நம்ப முடியாததாக இருக்கிறது. இது என் அதிகாரத்திற்கு விடப்பட்டச் சவால். இதை நான் ஒடுக்காவிட்டால், என் பேரரசாட்சியின் கீழிருக்கும் மன்னர்கள் ஆளாளுக்கு எனக்கு எதிராகக் கிளம்பிவிடுவர்."

போட்டியாளரின் எதிர்வினை

டாரியஸும் உத்தியில் சளைத்தவர் அல்லர். அதனால், அவர் தன் குடையின் கீழ் இருந்த மன்னர்களுக்கும் இனக்குழுக்களுக்கும் தகவல் அனுப்பினார். அவர்களிடம் இருந்த சிறந்த வீரர்களை, கௌகமேலா என்ற இடத்தில் அவர் குழுமச் சொன்னார். உலகம் அதுவரை பார்த்திராத ஒரு பெரும் படையை அவர் அந்த இடத்தில் குவித்தார். அதில் கிட்டத்தட்டப் பத்து இலட்சம் வீரர்கள் இடம்பெற்றிருந்தனர். இரண்டாம் உலகப் போருக்கு

முன்புவரை, வரலாற்றில் அதைப் போன்ற ஒரு பெரிய படையை எவரும் உருவாக்கியிருக்கவில்லை.

டாரியஸ் ஒரு மாபெரும் படையைக் கௌகமேலாவில் குவித்திருந்ததைக் கேள்விப்பட்ட அலெக்சாண்டர், இப்போது 50,000 என்ற எண்ணிக்கையை அடைந்திருந்த தன் படையுடன் நேராக டாரியஸின் படையை நோக்கிச் சென்றார். அவருடைய இந்த விரைவான ஊடுருவலை எதிர்பார்த்திராத பெர்சியப் படை, தொடக்கத்தில் நிலைகுலைந்து போயிற்று. அதற்கு அடுத்த நாள், வரலாறு அதுவரை கண்டிராத ஒரு மாபெரும் போரில் தாங்கள் பங்கு பெறவிருந்ததை அங்கிருந்த அனைவரும் உணர்ந்தனர்.

திட்டத்தின் முக்கியத்துவம்

கருத்துப் பரிமாற்றத்திலும் அலெக்சாண்டர் வல்லவராக விளங்கினார். அன்று இரவு அவர் தன்னுடைய தளபதிகள் அனைவரையும் அழைத்து, அடுத்த நாள் போரை எதிர்கொள்வதற்குத் தான் தீட்டியிருந்த திட்டத்தை அவர் அவர்களிடம் விவரித்தார். டாரியஸின் படை உண்மையில் ஒரு பெரும் படை அல்ல; அது பல சிறு படைகளின் ஒரு தொகுப்பு என்பதை அலெக்சாண்டர் அவர்களிடம் விவரித்தார். அந்தப் படை முப்பது இனக்குழுக்களை உள்ளடக்கியிருந்தது. அவர்கள் வெவ்வேறு மொழிகளைப் பேசினர், வெவ்வேறு கலாச்சாரங்களைக் கொண்டிருந்தனர், வெவ்வேறு மதங்களைப் பின்பற்றினர், வெவ்வேறு விதமான போர்முறைகளையும் இராணுவ அதிகாரக் கட்டமைப்புகளையும் கொண்டிருந்தனர். அவர்களை ஒன்றிணைத்துக் கொண்டிருந்தது டாரியஸ்மீது அவர்களுக்கு இருந்த விசுவாசம் மட்டுமே.

அதனால், டாரியஸுக்கு நாளைக்கு ஏதாவது நிகழ்ந்தால் அவருடைய படை தன்னை எதிர்த்துப்

போரிடாமல் நெல்லிக்காய் மூட்டையாகச் சிதறுண்டு போய்விடும் என்று அலெக்சாண்டர் நம்பினார். அதனால், அந்தப் படைக்குள் ஊடுருவிச் சென்று, அப்படையின் நடுவே பாதுகாப்பாக இருந்த டாரியஸைக் கொன்றுவிட அலெக்சாண்டர் திட்டம் தீட்டினார்.

முன்னெடுப்பு

மறுநாள் காலையில், டாரியஸ், பல இலட்சம் பேர் கொண்ட தன் படையை ஒரு மனிதச் சுவர்போல நிறுத்தி வைத்தார். தன்னை நோக்கி வரவிருந்த மேசிடோனியர்களை நசுக்கிவிட அவர் திட்டமிட்டிருந்தார்.

ஆனால், அலெக்சாண்டர் தன் படைகளை வேறு விதமாக அணிவகுக்கச் செய்திருந்தார். அதற்கு முன்பு போர்க்களங்களில் ஒருபோதும் காணப்பட்டிராத ஒரு வியூகத்தை அவர் வகுத்திருந்தார். அவர் தன் படைகளை, டாரியஸின் படைகளை நேருக்கு நேர் எதிர்க்கின்ற வண்ணம் அணிவகுக்காமல், ஒருவிதமான சாய்கோணத்தில் அணிவகுத்து நிற்கச் செய்தார். அலெக்சாண்டரின் படைகள் இலகுவாக இயங்குவதற்கு அது வழிவகுத்தது.

போர் தொடங்குவதற்குச் சற்று முன்பாக, வலது புறமாக நகர்ந்து குண்டும் குழியுமாக இருந்த ஒரு பகுதிக்குச் செல்லுமாறு அலெக்சாண்டர் தன் படைகளுக்குக் கட்டளையிட்டார். அப்பகுதி, காலாட்படையினருக்கும் குதிரைப்படையினருக்கும் வசதியாக இருக்கும், ஆனால், டாரியஸின் தேர்ப்படைக்கு அது சாதகமாக இருக்காது என்பதை அவர் அறிந்திருந்தார்.

அலெக்சாண்டர் தன் படைகளைத் திடீரென்று வலது புறமாக நகர்த்தியதும் டாரியஸ் குழப்பமடைந்தார். அலெக்சாண்டரின் படைகளை எதிர்கொள்வதற்காக முன்னோக்கி நகர்வதற்குப் பதிலாகப் பக்கவாட்டில் நகருமாறு அவர் தன் படைகளுக்கு ஆணையிட்டார்.

அது அவருடைய படையினரிடையே பெரும் குழப்பத்தை ஏற்படுத்தியது. பின் டாரியஸ் முன்னணியில் இருந்த தன் தேர்ப்படையை அலெக்சாண்டரை நோக்கி ஏவினார். அதை எதிர்கொள்ளத் தயாராகக் காத்திருந்த அலெக்சாண்டரின் வீரர்கள் வீசியெறிந்த ஈட்டிகளால், கிட்டத்தட்டப் பாதித் தேர்ப்படை நிர்மூலமானது. அலெக்சாண்டரின் படை தொடர்ந்து வலது புறமாக நகர்ந்து கொண்டே இருந்தது. அதையொட்டி, டாரியஸின் படையும் அவ்வாறே நகர்ந்தது. அப்போது, திடீரென்று, டாரியஸ் போரிட்டுக் கொண்டிருந்த இடத்திற்கு அருகே அவருடைய படையில் ஒரு சிறு இடைவெளி உண்டானது.

தனக்குக் கிடைத்திருந்த ஒரு முக்கியமான வாய்ப்பாக அலெக்சாண்டர் அதைப் பார்த்தார். தேர்ப்படைகள் உருவாக்கியிருந்த புழுதியையும் டாரியஸின் படையில் நிலவிய குழப்பத்தையும் அலெக்சாண்டர் தனக்குச் சாதகமாகப் பயன்படுத்திக் கொண்டார். அவர் தன் குதிரைப்படையினரை நோக்கி, "வாருங்கள்! நாம் நேராகச் சென்று டாரியஸைக் கொல்லலாம்!" என்று கூக்குரலிட்டவாறு டாரியஸ் இருந்த படையின் மையப் பகுதியை நோக்கித் தன் குதிரையில் பாய்ந்து சென்றார். இது ஓர் அருமையான உத்தி. அலெக்சாண்டரை அப்போது எதிர்ப்பதற்கு டாரியஸைச் சூழ்ந்து நின்று கொண்டிருந்த ஒரு சிறு படை மட்டுமே தயார் நிலையில் இருந்தது. டாரியஸின் பிற இலட்சக்கணக்கான படையினர் அப்போது அவருடைய உதவிக்கு வர முடியாத நிலையில் சிதறுண்டு கிடந்தனர்.

எதிர்பாராததைச் செய்யுங்கள்

இதைக் கண்ணுற்ற டாரியஸ் அதிர்ந்து போனார். அலெக்சாண்டர் தன்னை இப்படி நேரடியாகத் தாக்கக்கூடும் என்பதை அவர் எதிர்பார்த்திருக்கவேயில்லை. அலெக்சாண்டரின்

தலைமையில் வந்து கொண்டிருந்த மேசிடோனியக் குதிரைப்படை வீரர்கள், டாரியஸின் படையினரைத் தங்களுடைய வாட்களால் வெட்டிச் சாய்த்துவிட்டு வேகமாக முன்னேறிக் கொண்டிருந்தனர். தன் தளபதிகள் சூழ டாரியஸ் ஒரு குதிரையில் தாவி ஏறிப் போர்க்களத்திலிருந்து வேகமாக வெளியேறினார்.

அப்போது நிலவிய குழப்பத்தில், டாரியஸின் மீதமிருந்த படையால் அங்கு என்ன நடந்து கொண்டிருந்தது என்பதை அறிய முடியவில்லை. ஆனால், அலெக்சாண்டர் தங்களுடைய படையின் மையத்திற்குள் புகுந்துவிட்டார், டாரியஸ் அங்கிருந்து தப்பி ஓடிக் கொண்டிருந்தார் என்ற செய்தி படுவேகமாக டாரியஸின் படையினருக்கு இடையே பரவியது.

அலெக்சாண்டரின் உத்தி கனகச்சிதமாக இருந்தது. டாரியஸின் படையினர் ஒருவரையொருவர் இடித்துத் தள்ளிக் கொண்டு நாற்புறமும் சிதறி ஓடினர். ஆனால், இதை எதிர்பார்த்திருந்த அலெக்சாண்டர், முன்னேறித் தாக்குமாறு தன் படையினருக்குக் கட்டளையிட்டார். கையில் வாட்களுடனும் ஈட்டிகளுடனும் டாரியஸின் படைக்குள் ஊடுருவிய அலெக்சாண்டரின் படையினர், எதிரிப் படையினரை ஆயிரக்கணக்கில் கொன்று குவித்தனர்.

ஒரேயொரு மாபெரும் உத்தி உலகையே மாற்றியது

அன்றைய நாளின் முடிவில், பெர்சியப் படை 4,00,000 பேரை இழந்திருந்தது. மனிதகுல வரலாற்றிலேயே நினைத்துப் பார்க்க முடியாத பேரழிவுகளை ஏற்படுத்திய ஒரு போராக அது விளங்கியது. அலெக்சாண்டரின் படையினரில் 1,247 பேர் மட்டுமே கொல்லப்பட்டிருந்தனர். அலெக்சாண்டர் தன்னுடைய 23வது வயதில், எதிர்ப்பே இல்லாத, உலகின் மாமன்னனாக உருவெடுத்தார்.

அத்தியாயம் இரண்டு

உத்திகளின் வெற்றிக்கு உதவுகின்ற கொள்கைகள்

முந்தைய அத்தியாயத்தில், மாவீரன் அலெக்சாண்டரைப் பற்றியும், அவருடைய கௌகமேலா போரைப் பற்றியும் நான் அவ்வளவு விரிவாக விவரித்திருந்தது குறித்து நீங்கள் வியப்படைந்திருக்கக்கூடும். அதற்குக் காரணம், அந்தக் காலகட்டத்தில் உச்சகட்ட அதிகாரமிக்க ஒரு மனிதராக அலெக்சாண்டர் உருவெடுக்கக் காரணமாக அமைந்த நம்புதற்கரிய வெற்றிக்கு இட்டுச் சென்ற ஓர் உத்தியைப் பற்றிய கதை அது என்பதுதான். அக்கதையில் பயன்படுத்தப்பட்டிருந்த உத்தி தொழிற்துறையிலுள்ள சிறிய மற்றும் பெரிய நிறுவனங்களில் அப்படியே பயன்படுத்தத்தக்க ஒன்றாகும்.

இன்னும் சொல்லப் போனால், ஒவ்வொரு

துறையிலுமுள்ள 20 சதவீத நிறுவனங்கள், மொத்த வணிகத்தில் 80 சதவீதத்திற்கு அதிகமான வருவாயை ஈட்டிக் கொண்டிருப்பதற்குக் காரணம், அவை உருவாக்கிப் பயன்படுத்திக் கொண்டிருக்கின்ற உத்திகளில், இந்தப் போர் உத்தியில் அடங்கியுள்ள முக்கியமான அம்சங்கள் அடங்கியுள்ளதுதான். இந்த உத்தியின் இன்றியமையாத அம்சங்கள் ஒதுக்கித் தள்ளப்படுகின்றபோது, அது போர்ப் படைகளிலிருந்து பெருநிறுவனங்கள்வரை தோல்வியைத் தழுவக் காரணமாக அமைந்துவிடுகின்றன. இது வரலாற்றில் நூற்றுக்கணக்கான முறை நிரூபிக்கப்பட்டுள்ளது.

இலக்கு குறித்தத் தெளிவு

இதுதான் உத்தியின் முதல் அம்சம். பெரும் வெற்றிகளைச் சாதிப்பதற்கு, உங்களுடைய தொழிலின் ஒவ்வொரு தளத்திலும் உங்களுடைய இலக்குகள் குறித்து உங்களிடம் தெளிவு இருக்க வேண்டும். நீங்கள் துல்லியமாக எதைச் சாதிக்க விரும்புகிறீர்கள், அதைச் சாதிப்பதற்கு நீங்கள் என்ன செய்யப் போகிறீர்கள் என்பது குறித்து நீங்கள் அறிந்திருக்க வேண்டும்.

பல நாடுகளிலிருந்த 22,000 நிறுவனங்களில் 20 ஆண்டுகளின் ஊடாக 150 ஆய்வாளர்களால் நடத்தப்பட்ட ஓர் ஆய்வைப் பற்றி ‘த எகானமிஸ்ட்’ பத்திரிகை சமீபத்தில் தகவல் வெளியிட்டிருந்தது. ஒரு நிறுவனத்திலுள்ள அனைத்து ஊழியர்களுக்கும் தெளிவான இலக்குகளை நிர்ணயிக்க நேரம் ஒதுக்கியிருந்த நிறுவனங்களே அதிக இலாபகரமாகவும் திறம்படவும் இயங்கிக் கொண்டிருந்தன என்று அந்த ஆய்வின் முடிவுகள் தெரிவித்தன. தாங்கள் எதைச் சாதிக்க வேண்டும் என்று தங்களுடைய நிறுவனம் தங்களிடமிருந்து எதிர்பார்த்தது என்பது குறித்தத் தெளிவு அந்த நிறுவனங்களின் ஊழியர்களுக்கு இருந்தது. ஏற்கனவே ஒப்புக் கொள்ளப்பட்டிருந்த

இலக்குகளின் முன்னேற்றத்தை அளவிடுவது குறித்தும் தெளிவான நடைமுறைகள் உருவாக்கப்பட்டிருந்தன.

தான் சாதிக்க விரும்பியது குறித்து அலெக்சாண்டர் மிகத் தெளிவாக அறிந்து வைத்திருந்தார். அவர் இந்த உலகின் மாமன்னனாகத் திகழ விரும்பினார். அதற்கு, தான் முதலில் பெர்சியப் படைகளை வென்றாக வேண்டும் என்பதையும் அவர் தெரிந்து வைத்திருந்தார். பெர்சியப் படையை வெல்வதற்கு அவர் டாரியஸைக் கொல்வது இன்றியமையாததாக இருந்தது. கி.மு. 323 இல் கௌகமேலாவில் நடைபெற்றப் போரில், தங்களுடைய இலக்கு என்ன என்பதை அலெக்சாண்டரும் அவருடைய படையினர் ஒவ்வொருவரும் மிகத் தெளிவாக அறிந்து வைத்திருந்தனர்.

முன்னேறித் தாக்குதல்

“எந்தவொரு போரும் தற்காப்பின் மூலம் வெல்லப்பட்டதில்லை,” என்று நெப்போலியன் கூறியுள்ளார்.

தொழிலில் நீங்கள் வெற்றி பெற வேண்டுமென்றால், நீங்கள் முன்முனைப்புடன் செயல்பட வேண்டும். நீங்கள் முன்னேறித் தாக்க வேண்டும். வெற்றிகரமான தளபதிகளின் ‘தொடர் தாக்குதல்’ உத்தியை நீங்கள் கடைபிடிக்க வேண்டும். புதிய பொருட்கள், புதிய சேவைகள், புதிய செயல்முறைகள், தொழில் நடத்துவதற்கான புதிய வழிமுறைகள் போன்றவற்றுடன் நீங்கள் தொடர்ந்து முன்னேறிக் கொண்டிருக்க வேண்டும்.

கௌகமேலாவில், தன் படையைப்போல இருபது மடங்கு பெரிதாக இருந்த ஒரு படையைத் தோற்கடிக்க வேண்டுமென்றால், அதற்கு எகிறித் தாக்க வேண்டும் என்பதையும், அதை நிறுத்தாது தொடர வேண்டும் என்பதையும் அலெக்சாண்டர் தெளிவாக அறிந்து வைத்திருந்தார். அவர் தன்னுடைய மிகக்

குறைந்த ஆயுட்காலத்தில் தான் சந்தித்த அனைத்துப் போர்களிலும் வெற்றி வாகை சூடுவதற்கு அவருக்கு இந்த உத்தி பயன்பட்டது.

ஒன்றாகத் திரட்டுதல்

போர்களில் வெற்றி என்பது, படைத் தளபதிகள், ஒரு குறிப்பிட்ட உத்தியைச் செயல்படுத்துவதற்காக ஒரு சரியான கட்டத்தில் தங்களுடைய படைகளை ஒன்றாகத் திரட்டித் தாக்கியதன் மூலமே கிடைத்துள்ளது.

அலெக்சாண்டரும் டாரியஸுக்கு எதிராக நடைபெற்றப் போரில் ஓர் உத்தியை வகுத்து, சரியானதொரு கட்டத்தில் தன் குதிரைப்படையினரை ஒன்றாகத் திரட்டி எதிரியின் படைக்குள் ஊடுருவிச் சென்று எதிரியை ஓட ஓட விரட்டினார்.

தொழிலுலகைப் பொறுத்தவரை, நீங்கள் ஒரு குறிப்பிட்டப் பொருளின் சந்தையைப் பிடித்து, பெரும் எண்ணிக்கையிலான வாடிக்கையாளர்களை அதற்குப் பின்னால் அணிவகுக்கச் செய்ய வேண்டும். சந்தையில் நீங்கள் நன்றாகக் காலூன்றி நிலைத்தப் பிறகுதான் பிற பொருட்கள் அல்லது சேவையின் பக்கம் நீங்கள் உங்களுடைய கவனத்தைத் திருப்ப வேண்டும்.

நெகிழ்வுத்திறன்

போரைப் பொறுத்தவரை, எதிரி எப்படி இயங்கிக் கொண்டிருந்தாலும் சரி, தன் படையினரை விரைவாக எந்தத் திசையில் வேண்டுமானாலும் நகர்த்துவதற்குத் தேவையான நெகிழ்வுத்திறன் முக்கியமானது. பெரும் போர்கள் இதன் அடிப்படையிலேயே நடத்தப்படுகின்றன. தங்களுக்கு அனுகூலமாக இருக்கின்ற இடத்திற்கு விரைவாகத் தங்கள் படையினரையும் தங்கள் வசம் இருக்கின்ற வளங்களையும் நகர்த்துகின்ற திறனுள்ள படைத்தளபதிகளால்தான் போரில் எளிதாக வெல்ல

முடிகிறது.

அதற்கு முன்பு ஒருபோதும் எவரும் பயன்படுத்தியிராத சாய்கோண வியூகத்தை அமைத்ததன் மூலம், அலெக்சாண்டர், தன் எதிரி பெரும் படையைக் கொண்டிருந்தபோதிலும் தன் படைகளுக்கு ஒரு நெகிழ்வுத்திறனைக் கொண்டு வந்தார். அவர் தன் குதிரைப்படையினருடன் டாரியஸை நோக்கிப் பாய்ந்து சென்றபோது, அவருடைய பிற படையினர் எதிரியை நோக்கி இலகுவாக நகர்ந்து அவர்களைத் தாக்கத் தொடங்கினர்.

தொழிலுலகில், இது, நிறுவனங்கள் தம்முடைய வாடிக்கையாளர்களுக்குத் தம்முடைய பொருட்களை மலிவாகவும் விரைவாகவும் ஒரு மேம்பட்ட விதத்திலும் வழங்குவதற்கு ஏற்ற வழிகளைக் கண்டறிவதன் மூலம் விற்பனையை அதிகரித்து அதன் விளைவாக இலாபத்தைப் பெருக்குவதைக் குறிக்கிறது. தொழிலில் இது போன்ற நெகிழ்வுத்திறனை அடைவதற்கு நீங்கள் சற்று நிதானித்து, உங்களுடைய சூழலை ஆய்வு செய்து, உங்களுடைய நிறுவனத்தின் நிலை குறித்துக் கேள்வி கேட்க வேண்டியது அவசியம்.

ஒருங்கிணைந்த செயல்பாடு

இராணுவத்தைப் பொறுத்தவரை, ஏற்கனவே ஒப்புக் கொள்ளப்பட்டிருந்த இலக்குகளை அடைவதற்காக ஓர் ஒருங்கிணைந்த முறையில் ஒரு குழுவாகச் சமூகமாகச் செயல்படுதல் வெற்றி-தோல்வியைத் தீர்மானிக்கும். அது ஒருங்கிணைந்த குழுச் செயல்பாடு என்று அழைக்கப்படுகிறது. இதற்கு, ஒரு பிரிவில் உள்ளவர்கள் ஐக்கிய உணர்வுடன் செயல்படுதல் வேண்டும், அவர்கள் ஒருவருக்கொருவர் ஆதரவாக இருக்க வேண்டும், படையின் வெற்றிக்காகத் தங்களுடைய வளங்களை ஒன்றாகப் பிணைக்கவும் அவற்றைப் படைப்பிரிவிலுள்ள மற்றவர்களோடு பகிர்ந்து கொள்ளவும் முன்வர

வேண்டும்.

வரலாறு நெடுகிலும், பெரிய படைகளை, ஒருங்கிணைந்த முறையில் செயல்பட்டுக் கொண்டிருந்த சிறிய படைகள் அல்லது படைக் குழுக்கள் தோற்கடித்துள்ளன. அலெக்சாண்டரின் மேசிடோனியப் படை, அந்தக் காலத்தில் இருந்த படைகளிலேயே மிகுந்த கட்டுப்பாட்டுடன் செயல்பட்ட ஒரு படையாகும். இக்காலத்திய மிகச் சிறந்த விளையாட்டுக் குழுவினரைப்போல அவர்கள் தங்களுக்குத் தாங்களே பயிற்சியளித்துக் கொண்டனர். அவர்கள் சிறப்பான முறையில் ஒருங்கிணைந்து, தோளோடு தோள் நின்று ஒருவருக்கொருவர் ஆதரவாகச் செயல்பட்டனர்.

தொழிலுலகில், மிகச் சிறந்த நிறுவனங்கள், மிகுந்த கட்டுப்பாட்டுடன் இயங்குகின்ற ஊழியர்களைக் கொண்டிருக்கின்றன. அந்த ஊழியர்கள் ஒவ்வொருவரும் தாங்கள் தங்களுடைய நிறுவனத்தின் ஓர் அங்கம் என்ற உணர்வுடன் செயல்படுகின்றனர். 'நாங்கள்', 'எங்களுடைய' போன்ற வார்த்தைகளை அவர்கள் பயன்படுத்துகின்றனர். தங்களுடைய இயல்பான நீட்சியாகவே அவர்கள் தங்களுடைய நிறுவனங்களைப் பார்க்கின்றனர். அவர்கள் ஒருபோதும், "இது என் வேலை அல்ல," என்று கூறுவதில்லை.

ஆச்சரிய அம்சம்

அலெக்சாண்டர் ஆச்சரிய அம்சத்தைத் தன் போர்களில் தொடர்ந்து பயன்படுத்தி எதிரிகளை நிலை குலைய வைப்பதை வழக்கமாகக் கொண்டிருந்தார். அவர் இப்படித்தான் செயல்படுவார் என்று யாராலும் எதிர்பார்க்க முடியாதபடி அவர் செயல்பட்டார். அவர் எங்கே தாக்குவார் என்று மற்றவர்கள் எதிர்பார்த்தனரோ, அவர் அங்கே ஒருபோதும் தாக்கவில்லை. எதிரிகளின் எதிர்பார்ப்புகளின்படி அவர் ஒருபோதும் தன்னுடைய படைகளை அணிவகுக்கவில்லை.

தொழிலுலகைப் பொறுத்தவரை, ஆச்சரிய அம்சம் என்பது, உங்களுடைய விற்பனைப் பொருள், நீங்கள் அளித்து வரும் சேவை, உங்களுடைய உற்பத்திமுறை, சந்தை உத்தி, விற்பனைமுறை, நீங்கள் பயன்படுத்திக் கொண்டிருக்கும் தொழில்நுட்பம் போன்றவற்றில், போட்டியாளர்களிடமிருந்து உங்களைத் தனித்துவப்படுத்திக் காட்டுவதற்கான வழிமுறைகளை நீங்கள் தொடர்ந்து உருவாக்கிக் கொண்டே இருப்பதாகும்.

சாதகமான சூழலைப் பயன்படுத்திக் கொள்ளுதல்

மக்கள் ஏற்றுக் கொள்கின்ற பொருட்களை உருவாக்கி, போட்டியாளர்களை ஓரங்கட்டி, சந்தையைப் பிடித்து, ஆதிக்கம் செலுத்துகின்ற ஓரிடத்தை அடைந்த பிறகு, அந்தச் சாதகமான சூழலை உங்களுக்குப் பலனளிக்கின்ற வகையில் பயன்படுத்திக் கொள்ள நீங்கள் விரைவாக முயல வேண்டும். பிரபல ஊக்குவிப்புப் பேச்சாளரான ஜிம் ரோன், தன் கருத்தரங்குகளில், “ஒரு மரம் எவ்வளவு உயரமாக வளரும்?” என்ற கேள்வியைக் கேட்டுவிட்டு, “அதனால் எவ்வளவு உயரமாக வளர முடியுமோ, அவ்வளவு உயரமாக வளரும்,” என்று அவரே அதற்குப் பதிலும் அளிப்பார்.

உங்களால் எவ்வளவு விற்க முடியும்? உங்களால் எவ்வளவு முடியுமோ அவ்வளவு. அதனால், வேகமாக இயங்குங்கள். உங்களை உற்றுக் கவனித்துக் கொண்டிருக்கும் போட்டியாளர்கள், தங்களால் உங்களுடைய இடத்தை எவ்வளவு விரைவாக அடைய முடியுமோ அவ்வளவு விரைவாக அடைவதற்குத் தங்களைத் தயார்படுத்திக் கொண்டிருக்கிறார்கள். நீங்கள் ஏற்கனவே அடைந்துள்ள சந்தை ஆதிக்கத்தைத் தக்கவைத்துக் கொள்வதில் கவனம் செலுத்துங்கள்.

ஒருபோதும் மெத்தனமாக இருந்துவிடாதீர்கள்.

உயர்தரமான ஒரு பொருளை விற்பதன் மூலமோ அல்லது மிகச் சிறந்த சந்தை உத்திகளின் மூலமோ சந்தையில் ஆதிக்கம் செலுத்துகின்ற ஒரு வாய்ப்பு உங்களுக்குக் கிடைத்தால், அதை நீங்கள் முழுமையாகப் பயன்படுத்திக் கொள்ளுங்கள். முன்னெப்போதையும்விட இன்று உங்களுடைய போட்டியாளர்களால் எளிதாக உங்களை அப்படியே நகலெடுத்துவிட முடியும். அதன் மூலமோ அல்லது வேறு வழியிலோ அவர்கள் உங்களுடைய சந்தை ஆதிக்கத்தைக் குறைக்கத் தீவிரமாக முயல்வர். அதனால், உங்களுக்கு ஆதரவான அச்சூழலை உங்களால் எவ்வளவு முடியுமோ அவ்வளவு தூரம் நீங்கள் பயன்படுத்திக் கொள்ள வேண்டும்.

அத்தியாயம் மூன்று

உத்திசார் திட்டமிடுதலில் அடங்கியுள்ள ஐந்து கேள்விகள்

வணிக நிர்வாகத்தில் திடீரென்று தோன்றி ஆட்டம் போடுகின்ற பல புதுமையான அம்சங்கள் விரைவில் காணாமல் போகும். ஆனால், குறிப்பிட்ட ஒரு நிர்வாகத் திறன் மட்டும் எப்போதுமே மதிப்புமிக்கதாக விளங்கும். உங்களுடைய சந்தையில் உங்களுக்குப் போட்டிசார் அனுகூலத்தை வழங்கக்கூடிய, தெளிவான, நடைமுறைக்கு உகந்த ஒரு தொழில் உத்தியை வடிவமைப்பதற்கான திறன்தான் அது. உங்களுடைய தொழிலுக்காக நீங்கள் ஏன் ஒரு தொழில் உத்தியை வடிவமைத்துக் கொள்ள வேண்டும் என்பதற்கு நான்கு காரணங்கள் இருக்கின்றன. அவை:

1. உங்களுடைய தொழில் முதலீட்டுக்குக் கிடைக்கின்ற வருவாயை அதிகரிப்பதற்கு

நீங்கள் உங்களுடைய தொழிலில் செய்துள்ள முதலீட்டுக்குக் கிடைத்துக் கொண்டிருக்கின்ற வருவாயை அதிகரித்துக் கொள்வதற்கு நீங்கள் ஒரு தொழில் உத்தியை வகுத்தாக வேண்டும். முதலீடுதான் உங்களை உங்களுடைய தொழிலின் உரிமையாளராக ஆக்குகிறது. அதனால், தொழிலில் நீங்கள் போட்டுள்ள முதலீட்டுக்கு அதிக வருவாயைப் பெறுவதுதான் உங்களுடைய முதல் தொழில் உத்தியாக இருக்க வேண்டும்.

2. உங்களுடைய நிறுவனத்தை மறுபடியும் தூக்கி நிறுத்துவதற்கு

உங்களுடைய நிறுவனமும் உங்களுடைய விற்பனைப் பொருளும் உங்களுடைய போட்டியாளர்களால் கடும் தாக்குதலுக்கு ஆளாகியிருக்கலாம். அதனால், ஆப்பிள் நிறுவனம் செய்திருந்ததைப்போலவே, நீங்களும் ஒரு புதிய சந்தையில் ஒரு புதிய தொழில்நுட்பத்தைப் பயன்படுத்தி ஒரு புதிய பொருள் அல்லது புதிய சேவையை விற்பனை செய்வதன் மூலம் உங்களுடைய நிறுவனத்தை மறுபடியும் தூக்கி நிறுத்துவதற்கான முயற்சிகளில் இறங்க வேண்டியிருக்கும்.

3. உங்களுடைய வலிமையையும் வாய்ப்புகளையும் உச்சபட்சமாக ஆக்கிக் கொள்வதற்கு

நீங்கள் எதைச் சிறப்பாகச் செய்து கொண்டிருக்கிறீர்கள் என்பதையும், சந்தையில் நீங்கள் அனுபவித்துக் கொண்டிருக்கின்ற முக்கியமான

அனுகூலங்கள் என்ன என்பதையும் கண்டறிந்து, அவற்றை முழுமையாக உங்களுக்குச் சாதகமாகப் பயன்படுத்திக் கொள்வதற்கு நீங்கள் விரைவாகக் காரியத்தில் இறங்க வேண்டும்.

4. செயல்நடவடிக்கைகளை மேற்கொள்வதற்கான தீர்மானங்களுக்கான அடிப்படைகளை உருவாக்கிக் கொள்வதற்கு

உத்திகளை வடிவமைப்பதற்கான நோக்கமே, இப்போது நீங்கள் செய்து கொண்டிருக்கின்ற காரியங்களிலிருந்து முற்றிலும் வேறுபட்டிருக்கின்ற செயல்நடவடிக்கைகளில் இறங்குவதற்கு உங்களைத் தயார்படுத்துகின்ற திட்டங்களை உருவாக்குவதுதான்.

உத்திகளை வடிவமைத்தல் என்பது விட்டேத்தியான ஒரு நடவடிக்கை அல்ல. உங்களுடைய இலக்குகளை அடைவதற்குத் தேவைப்படுகின்ற செயல்நடவடிக்கைகள் குறித்து அலசுகின்ற சிந்தனைமுறைதான் உத்திகளின் வடிவமைப்பாகும்.

அலெக்சாண்டரின் உத்திசார் நடவடிக்கைகள் கோட்பாட்டுரீதியானவை அல்ல. அவை செயல்நடவடிக்கையை நோக்கமாகக் கொண்டிருந்தன. ஒரு செயல்வீரனுக்கான கனகச்சிதமானதோர் எடுத்துக்காட்டாகத் திகழ்ந்தவர் அலெக்சாண்டர்.

உத்திசார் திட்டமிடுதலில் அடங்கியுள்ள ஐந்து கேள்விகள்

உத்திசார் திட்டமிடுதலில் ஈடுபடுகின்றபோது நீங்கள் ஐந்து அடிப்படைக் கேள்விகளைக் கேட்டு அவற்றுக்கான பதில்களைப் பெற வேண்டும். அவை:

1. "நான் இப்போது எங்கே இருக்கிறேன்?"

உங்களுடைய தற்போதைய சூழலை அலசிவிட்டு, "நான் இப்போது எங்கே இருக்கிறேன்?" என்ற கேள்வியை உங்களிடமே கேளுங்கள். உங்களுடைய தொழில், உங்களுடைய வாடிக்கையாளர்கள், உங்களுடைய சந்தை, உங்களுடைய போட்டியாளர்கள், உங்களுடைய நிதி நிலைமை போன்றவற்றை விலாவாரியாக அலசுங்கள். உங்களுடைய தற்போதைய நிலையைத் துல்லியமாக அலசுவதுதான் உங்களுடைய தொழில் உத்தி வடிவமைப்பின் தொடக்கப் புள்ளியாகும்.

2. "நான் இன்று இருக்கின்ற இடத்திற்கு நான் எப்படி வந்து சேர்ந்தேன்?"

உங்களுடைய கடந்தகாலத்தை மறுபரிசீலனை செய்யுங்கள். உங்களுடைய வரலாற்றைத் திரும்பிப் பாருங்கள். "நான் இன்று இருக்கின்ற இடத்திற்கு நான் எப்படி வந்து சேர்ந்தேன்?" என்ற கேள்வியைக் கேளுங்கள். உங்களுடைய கடந்தகாலத்தில் சில ஆண்டுகள் பின்னோக்கிச் செல்லுங்கள் அல்லது உங்களுடைய தொழிலின் தொடக்கக் காலத்திற்குச் செல்லுங்கள். அப்போது நீங்கள் மேற்கொண்ட முக்கியமான நடவடிக்கைகள் என்னென்ன? அப்போது நீங்கள் எவற்றைச் சரியாகச் செய்தீர்கள்? அப்போது நீங்கள் எவற்றைத் தவறாகச் செய்தீர்கள்? அவற்றிலிருந்து நீங்கள் என்ன படிப்பினைகளைக் கற்றுக் கொண்டீர்கள்? அனைத்துமே மாறிக் கொண்டிருக்கும் என்பதால், நீங்கள் தொழில் தொடங்கியதிலிருந்து இப்போதுவரை என்னென்ன மாற்றங்கள் ஏற்பட்டுள்ளன? இப்போது நீங்கள் இருக்கின்ற இடத்திற்கு (அது நல்லதாக இருக்கலாம் அல்லது மோசமானதாக இருக்கலாம்) உங்களைக் கொண்டுவந்து சேர்த்துள்ள நிகழ்வுகள் எவை?

3. "வருங்காலத்தில் நான் எங்கே இருக்க விரும்புகிறேன்?"

உங்களுடைய கச்சிதமான வருங்காலம் எப்படி இருக்க வேண்டும் என்று வரையறுங்கள். "வருங்காலத்தில் நான் எங்கே இருக்க விரும்புகிறேன்?" என்ற கேள்வியைக் கேளுங்கள். ஓராண்டுக்குப் பிறகு, ஐந்தாண்டுகளுக்குப் பிறகு மற்றும் பத்தாண்டுகளுக்குப் பிறகு, தனிப்பட்ட வாழ்க்கையிலும் உங்களுடைய தொழில் வாழ்க்கையிலும் நீங்கள் எங்கு இருக்க விரும்புகிறீர்கள்? நீங்கள் இன்று இருக்கின்ற இடத்திற்கு நீங்கள் எப்படி வந்து சேர்ந்தீர்கள், இன்று எங்கே இருந்து கொண்டிருக்கிறீர்கள் ஆகியவற்றின் அடிப்படையில், நீங்கள் கற்பனை செய்கின்ற வருங்காலத்தைத் தெளிவாக வரையறுப்பது இன்றியமையாதது.

4. "நான் சென்றடைய விரும்புகின்ற இடத்தை நான் எப்படி அடையப் போகிறேன்?"

அடுத்தக் கட்ட நடவடிக்கைகளுக்கு உங்களைத் தயார்படுத்திக் கொள்ளுங்கள். "நான் சென்றடைய விரும்புகின்ற இடத்தை நான் எப்படி அடையப் போகிறேன்?" என்ற கேள்வியைக் கேளுங்கள். இப்போது உங்களிடமிருக்கின்ற வளவசதிகளை வைத்துக் கொண்டு, இப்போது உங்களிடமிருக்கின்ற ஆட்களை வைத்துக் கொண்டு, இப்போது நீங்கள் அனுபவித்துக் கொண்டிருக்கின்ற சந்தை அனுகூலத்தை வைத்துக் கொண்டு, இப்போது நீங்கள் இருக்கின்ற இடத்திலிருந்து நீங்கள் சென்றடைய வேண்டிய இடத்திற்கு எப்படிச் செல்லப் போகிறீர்கள்?

இக்கேள்விகளுக்கு விடை காண்பதற்கு இரண்டு வழிமுறைகளைக் கடைபிடிக்கலாம். ஒன்று, குழுரீதியாகச் சிந்திப்பது. இதில், "நம் நிறுவனத்திற்கு ஒரு கச்சிதமான

வருங்காலத்தை உருவாக்குவதற்கு நாம் என்ன செய்ய வேண்டும்?" என்ற கேள்விக்குக் குறைந்தபட்சம் இருபது பதில்களை உருவாக்குமாறு உங்களுடைய நிறுவனத்தின் உயர்மட்ட அதிகாரிகளிடம் நீங்கள் கேட்கலாம்.

மற்றொரு வழி, அது குறித்து நீங்களே சுயமாகச் சிந்திப்பது. இதில், நீங்கள் ஒரு காகிதத்தை எடுத்து அதன் உச்சியில் "என் நிறுவனத்திற்கு ஒரு கச்சிதமான வருங்காலத்தை உருவாக்குவதற்கு நான் என்ன செய்ய வேண்டும்?" என்ற கேள்வியை எழுதிக் கொள்ளுங்கள். பின் உங்களுடைய மூளையைக் கசக்கி அதற்கு இருபது பதில்களை எழுதுங்கள். புதிய யோசனைகளை உருவாக்குவதற்கு இது ஓர் அற்புதமான வழி. இதை நீங்கள் உங்களுடைய எந்தவோர் இலக்கை அடைவதற்கும் பயன்படுத்திக் கொள்ளலாம்.

5. "நான் விரும்புகின்ற கச்சிதமான எதிர்காலத்தை அடைவதற்கு எனக்கு என்ன தேவைப்படும்?"

பட்டியல் ஒன்றைத் தயார் செய்யுங்கள். "நான் விரும்புகின்ற கச்சிதமான எதிர்காலத்தை அடைவதற்கு எனக்கு என்ன தேவைப்படும்?" என்ற கேள்வியை உங்களிடம் கேளுங்கள். அதற்கு உங்களுக்குக் கூடுதலாக எவ்வளவு நிதி, வளவசதிகள், ஆட்கள், மற்றும் திறமை தேவைப்படும் என்று உங்களிடமே கேட்டுக் கொள்ளுங்கள்.

இவற்றைத் தெளிவுபடுத்திக் கொள்வதற்கான சிறந்த வழிகளில் ஒன்று ஒரு பட்டியலைத் தயாரிப்பதாகும். நீங்கள் இப்போது இருக்கின்ற இடத்திலிருந்து நீங்கள் சென்றடைய விரும்புகின்ற இடத்தை அடைவதற்கு நீங்கள் செய்ய வேண்டிய அனைத்து வேலைகளையும், நீங்கள் மேற்கொள்ள வேண்டிய அனைத்து நடவடிக்கைகளையும் அதில் சேர்த்துக் கொள்ள வேண்டும்.

அடிப்படையைக் கரைத்துக் குடித்தல்

வின்ஸ் லொம்பார்டி, 1959 ஆம் ஆண்டில், கிரீன் பே பேக்கர்ஸ் என்ற அமெரிக்கக் கால்பந்து அணியின் பயிற்றுவிப்பாளராக நியமிக்கப்பட்டபோது, அதற்கு முன்பிருந்த பயிற்றுவிப்பாளர்களிடமிருந்து அவர் எதை வித்தியாசமாகச் செய்யவிருந்தார் என்று அவரிடம் கேட்கப்பட்டது. "நான் ஆட்டக்காரர்களையோ, ஆட்டத்தையோ, அல்லது பயிற்சி அட்டவணையையோ மாற்றப் போவதில்லை. ஆனால், விளையாட்டு வீரர்கள் அனைவரும் ஆட்டத்தின் அடிப்படைகளில் அபாரமாக விளங்கும்படி நான் செய்யப் போகிறேன்," என்று அவர் பதிலளித்தார்.

தொழிலுலகில் வெற்றிகரமாக இயங்குவதற்கும் உத்தியைத் திட்டமிடுவது குறித்த அடிப்படைகளை நீங்கள் கரைத்துக் குடிக்க வேண்டும். அதற்கு நீங்கள் தொடர்ந்து சரியான கேள்விகளைக் கேட்டு அவற்றுக்கான பதில்களைப் பெற்றுக் கொண்டிருக்க வேண்டும்.

அத்தியாயம் நான்கு

உத்திகளை நிர்ணயிப்பதிலுள்ள முக்கியப் பங்காளிகள்

நான் ஒரு நிறுவனத்திற்கு உத்திகளைத் திட்டமிடுகின்ற கருத்தரங்கை நடத்துகின்றபோதெல்லாம், என்னிடம் கேட்கப்படுகின்ற முதல் கேள்வி, "இதில் யார் கலந்து கொள்ள வேண்டும்?" என்பதாகத்தான் இருக்கும்.

அதற்கான எளிய பதில் இதுதான்: உத்தியை நடைமுறைப்படுத்துகின்ற பொறுப்பில் உள்ள அனைவரும் அதன் உருவாக்கச் செயல்முறையில் கலந்து கொள்ள ஊக்குவிக்கப்பட வேண்டும்.

ஒரு நிறுவனத்தின் தொழில் உத்தியைச் செயல்படுத்துகின்ற இறுதிப் பொறுப்பிலுள்ள தலைவர், அதன் முதன்மை நிர்வாக அதிகாரி, முதன்மை நிதி

அதிகாரி அல்லது அந்த நிறுவனத்தின் பிற ஏதோ ஓர் அதிகாரி அதில் முழுமையாகக் கலந்து கொள்ள வேண்டும். அந்த உத்தியை நிர்ணயிப்பவராக, அதற்கு ஆட்கள், நிதி, வளம், நேரம் முதலியவற்றை ஒதுக்குகின்ற பொறுப்பில் இருப்பவராக அவர் இருத்தல் வேண்டும்.

ஒரு தலைவரின் சக்தி

சமீபத்தில் நான் ஒரு பெரிய எண்ணெய் நிறுவனத்திற்குத் தொழில் உத்தியை வகுப்பது தொடர்பான ஒரு கருத்தரங்கை நடத்தினேன். அந்த மூன்று நாட்களும் அந்நிறுவனத்தின் தலைவர் அதில் கலந்து கொண்டார். அதில் மற்றவர்கள் பேசியவற்றை அவர் உன்னிப்பாகக் கேட்டார், தன்னுடைய யோசனைகளையும் அவர் அவ்வப்போது முன்வைத்தார்.

அந்த மூன்று நாட்களின் முடிவில், அவர்கள் அனைவரும் ஒன்றாகச் சேர்ந்து வடிவமைத்திருந்த உத்தியை வெற்றிகரமாக அமல்படுத்துவதற்கு அவர்கள் தங்களை அர்ப்பணித்துக் கொள்ளத் தயாராகியிருந்தனர். இன்று அந்நிறுவனம் உலகிலுள்ள தலைசிறந்த நிறுவனங்களில் ஒன்றாக உருவாகியுள்ளது.

தலைமைத்துவத்தின் தோல்வி

மற்றொரு முறை, பில்லியன் டாலர்கள் மதிப்பு வாய்ந்த ஒரு நிறுவனத்தின் தலைவர் இதுபோன்ற ஒரு கருத்தரங்கை நடத்த என்னை அழைத்தார். ஆனால், குடும்பத் தொழிலாக இருந்த அந்நிறுவனத்தின் தலைவர் அதில் கலந்து கொள்ள மறுத்துவிட்டார். அதற்குச் செலவிடப்படுகின்ற நேரம் விரயம் என்று அவர் கருதினார். அவருடைய நிறுவனத்தின் பிற அதிகாரிகள் சேர்ந்து உருவாக்கிய தொழில் உத்தியை ஏற்றுக் கொள்ளவோ அல்லது நிராகரிக்கவோ

அந்நிறுவனத்தில் அவருக்கு உரிமை இருந்தது.

ஓர் உல்லாச விடுதியில் மூன்று நாட்கள் நடைபெற்ற அந்தக் கருத்தரங்கில், அந்த நிறுவனத்தின் சார்பாகக் கலந்து கொண்டவர்கள் தொழில் உத்தி குறித்துத் தீவிரமாக விவாதித்து ஒரு முடிவுக்கு வந்தனர். ஏற்கனவே நன்றாகச் செயல்பட்டுக் கொண்டிருந்த, தேசிய அளவில் பிரம்மாண்டமானதாக விளங்கிய அந்நிறுவனம், அந்தக் கருத்தரங்கு வாயிலாக உருவாக்கப்பட்டிருந்த தொழில் உத்தியைச் செயல்படுத்தினால், கடும் போட்டி நிலவிய சந்தையில் அது அவர்களுக்குச் சிறப்பான அனுகூலத்தைக் கொடுக்கும். அந்த உத்தியைச் சிறப்பாக நடைமுறைப்படுத்துவதற்கு அக்கருத்தரங்கில் கலந்து கொண்டிருந்தவர்கள் தங்களை அர்ப்பணித்துக் கொள்ளத் தயாராக இருந்தனர்.

ஆதரவு கிடைக்கவில்லை

பின்னர் அக்கூட்டத்தில் எடுக்கப்பட்ட முடிவுகள் அதன் தலைவரிடம் தெரிவிக்கப்பட்டபோது, அது வீண் வேலை என்று அவர் அவற்றை ஒட்டுமொத்தமாக நிராகரித்துவிட்டார். அந்நிறுவனத்திற்குத் தேவையான உத்திகள் அனைத்தையும் எடுக்கக்கூடிய திறன் தன்னிடம் இருந்ததாக அவர் முழங்கினார். அவருடைய தீர்மானத்தை அக்கருத்தரங்கில் கலந்து கொண்டவர்கள் அறிந்து கொண்டதும், அவர்கள் உற்சாகமிழந்து, காற்று வெளியேற்றப்பட்ட பலூன்களைப்போல ஆயினர். அந்நிறுவனம் பழையபடி தன் வழக்கமான பாணியில் எப்போதும்போல இயங்கிக் கொண்டிருந்தது.

ஒரு சில ஆண்டுகளுக்கு உள்ளாகவே, போட்டியாளர்களைச் சமாளிக்க முடியாமல் அந்நிறுவனம் துவண்டு போய், இறுதியில் திவாலாகிவிட்டது.

திட்டத்தைச் செயல்படுத்தப் போவது யார்?

தொழில் உத்தியைத் தீர்மானிப்பதில் ஈடுபடுத்தப்பட வேண்டிய அடுத்தக் குழுவினர், அதைச் செயல்படுத்துபவர்கள். முக்கியப் பங்குதாரர்களாக விளங்கும் இவர்களுடைய ஒத்துழைப்பும் ஈடுபாடும் அவசியம் தேவை. இவர்கள் பெரும்பாலும் நிறுவனத்தின் உயரதிகாரிகளாகவும் துறை அதிகாரிகளாகவும் இருப்பர். உத்திகளின் வடிவமைப்பிலேயே அவர்களை இணைத்துக் கொண்டால், அவை நிச்சயமாகச் சிறப்பாக நடைமுறைப்படுத்தப்படும்.

மனித உறவாடல்களில் ஓர் எளிய விதிமுறை இருக்கிறது. ஒரு குறிப்பிட்டச் செயல்நடவடிக்கை குறித்து விவாதிப்பதற்கு மக்கள் எடுத்துக் கொள்கின்ற நேரத்திற்கும், அந்த நடவடிக்கையைச் செயல்படுத்துவதில் அவர்கள் காட்டுகின்ற அர்ப்பணிப்புக்கும் இடையே ஒரு நேரடித் தொடர்பு இருக்கிறது என்பதுதான் அது. ஒருவர் அர்ப்பணிப்புடன் செயலில் இறங்குகின்றபோது, அந்த உத்தி வெற்றி பெறுவதற்கான சாத்தியக்கூறுகள் அதிகரிக்கின்றன.

உங்களுக்குப் புற உதவி தேவை

உத்தியை வகுப்பதை உங்களால் தனியொருவராகச் செய்ய முடியாது. இதற்கு உங்களுக்கு வெளியிலிருந்து வருகின்ற ஒருவரின் உதவி தேவைப்படும். உங்கள் நிறுவனத்தோடு தொடர்பில்லாத ஒருவராக, பலதரப்பட்டத் துறைகளில் அனுபவம் உள்ள ஒருவராக, தொழில் உத்தி விஷயத்தில் கைதேர்ந்தவராக அவர் இருத்தல் வேண்டும்.

உத்தியை வகுப்பதற்காக மேற்கொள்ளப்படுகின்ற செயற்திட்டத்தில், ஓர் ஒருங்கிணைப்பாளராகக் கலந்து கொள்ள முன்வருபவராக அவர் இருத்தல் வேண்டும். உங்களுடைய நிறுவனத்தைப் பற்றி, உங்களுடைய

ஊழியர்களைப் பற்றி, உங்களுடைய சந்தையைப் பற்றி, உங்களுடைய போட்டியாளர்களைப் பற்றி, மற்றும் இத்தொழிலில் நீங்கள் இன்று எதிர்கொண்டுள்ள சூழலைப் பற்றி முழுமையாக அறிந்து கொள்ள அவர் ஏகப்பட்ட நேரத்தைச் செலவழிப்பார். "தன்னையே தனக்கு வழக்கறிஞராக நியமித்துக் கொள்பவனின் வாடிக்கையாளன் ஒரு முட்டாளாகத்தான் இருப்பான்," என்ற கூற்றை நீங்கள் கேள்விப்பட்டிருக்கலாம்.

தனக்குத் தானே தொழில் உத்தியை வகுத்துக் கொள்ள முயல்பவர்களுக்கும் மேலே கூறப்பட்டுள்ள மேற்கோள் பொருந்தும்.

நான் என்னுடைய சொந்தத் தொழிலுக்கு உத்தியை உருவாக்க முயல்கின்றபோது, நானே ஒரு மூன்றாம் நபரைத்தான் அதற்கு நியமிக்கிறேன்.

சரியான சூழலை உருவாக்குங்கள்

சிறப்பானதொரு தொழில் உத்தியை உருவாக்க வேண்டுமென்றால், அதற்கு இரண்டிலிருந்து நான்கு நாட்கள்வரை தேவைப்படும். அதில் ஈடுபட்டிருப்பவர்கள் அந்தச் சில நாட்களை அதற்கு அர்ப்பணிக்க வேண்டும். அது நிறுவனத்திற்கு வெளியே ஏதோ ஓரிடத்தில் நடைபெற்றால் அது நல்ல விளைவுகளைக் கொடுக்கும். ஏனெனில், அதில் ஈடுபட்டுள்ளவர்களுக்கு அங்கு எந்தவிதமான தொந்தரவும் இருக்காது. எந்தத் தடங்கலுமின்றி அவர்களால் அதில் முழுமையாகத் தங்களை ஈடுபடுத்திக் கொள்ள முடியும். அப்படிப்பட்ட இடத்தில் அவர்களுடைய மனநிலையும் வேறு மாதிரியாக இருக்கும்.

நகரத்திற்கு வெளியே இருக்கின்ற உல்லாச விடுதிகள் இதற்கு மிகவும் வசதியான இடங்களாகும். அங்கு அவர்களுக்கு எந்தவிதமான கவனச்சிதறல்களும் இருக்காது என்பதால், அதில் கலந்து கொள்பவர்களால் அதிக அளவில் பங்களிக்க முடியும்.

அத்தியாயம் ஐந்து

விழுமியங்கள், முன்னோக்கு மற்றும் நோக்கம்

"நீங்கள் எதைச் செய்வதாக இருந்தாலும், அதற்கு முன்பாக ஏதாவது ஒன்றை நீங்கள் செய்தாக வேண்டும்," என்றொரு கூற்று தொழிலுலகில் உண்டு.

தொழில் உத்தியின் வடிவமைப்பைப் பொறுத்தவரை, நீங்கள் முதலில் செய்கின்ற காரியம், உங்களுடைய தொழிலின் அடிப்படைக் கொள்கைகள் பற்றிச் சிந்தித்து அவற்றை உருவாக்கிக் கொள்வதாக இருக்க வேண்டும்.

உங்களுடைய சிந்தனையானது, உங்கள் நிறுவனத்தின் விழுமியம் என்ன என்ற புள்ளியிலிருந்து தொடங்க வேண்டும்.

உங்களுடைய விழுமியங்கள்தாம் உங்களுடைய தொழிலின் அடிப்படைக் கொள்கைகளாகும்.

நீங்கள் எவற்றை ஆதரிப்பீர்கள், எவற்றை ஆதரிக்க மாட்டீர்கள் என்பதை அவை வெளிப்படுத்தும். உங்களுடைய தொழிலில் நீங்கள் மேற்கொள்கின்ற அனைத்துத் தீர்மானங்களின் திசையையும் அவைதாம் தீர்மானிக்கும், ஒரு வழிகாட்டியாக இருந்து உதவும்.

விழுமியங்களின் ஆற்றல்

நார்மன் வின்சென்ட் பீலும் கென் பிளான்சார்டும் தாங்கள் சேர்ந்து எழுதிய 'த பவர் ஆஃப் எத்திகல் மேனேஜ்மென்ட்,' என்ற நூலில், தங்களுடைய விழுமியங்களையும் கொள்கைகளையும் வடிவமைத்து, அவற்றை எழுத்துபூர்வமாகத் தெளிவாக வெளிப்படுத்தி, அவை நிறுவனத்திலுள்ள அனைவரையும் சென்றடைகின்றபடி செய்கின்ற நிறுவனங்களின் இலாபம், அப்படிச் செயல்படாத நிறுவனங்களைவிடப் பல மடங்கு இருப்பதாகத் தெரிவிக்கின்றனர்.

தங்களுடைய விழுமியங்கள் குறித்துத் தெளிவாக இருக்கின்ற நிறுவனங்கள்தாம் அமெரிக்காவில் இன்று வெற்றிகரமாக விளங்குகின்றன. தங்களுடைய விழுமியங்கள் குறித்துத் தெளிவுடன் இருக்கின்ற நபர்களே வெற்றியாளர்களாகத் திகழ்கின்றனர். குறுகியகாலப் பலனுக்காக அல்லது சாதகத்திற்காக அவர்கள் அதில் சமரசம் செய்து கொள்ள ஒருக்காலும் முன்வருவதில்லை.

இதற்கு ஐபிஎம் ஒரு சிறந்த எடுத்துக்காட்டு. உலகிலேயே பெரிதும் மதிக்கப்படுகின்ற நிறுவனங்களில் ஒன்றாக அது தொடர்ந்து இருந்து வருகிறது. ஐபிஎம் நிறுவனத்தைத் தாம்சன் ஜே. வாட்சன் சீனியர் தொடங்கிய காலத்திலிருந்தே, "ஆகச் சிறந்த பொருட்கள், ஆகச் சிறந்த வாடிக்கையாளர் சேவை, தனிநபர் மரியாதை," என்பதே அந்நிறுவனத்தின் விழுமியங்களாக இருந்து வந்துள்ளன. 1928 ஆம் ஆண்டிலிருந்து இந்த மூன்று விழுமியங்களின் அடிப்படையிலேயே

அந்நிறுவனம் இயங்கிக் வந்துள்ளது. அதன் வெற்றியும், சந்தையில் அது கொண்டிருக்கும் அபாரமான மதிப்பும், அது எந்த அளவுக்குத் தன் விழுமியங்களின்படி நடந்து வருகிறது என்பதைக் காட்டுகின்றன.

உங்கள் நிறுவனத்தின் விழுமியங்கள் என்ன?

ஒரு நிறுவனம் தன்னுடைய தொழில் உத்தியை வகுத்துக் கொள்வதற்கு உதவுகின்ற கருத்தரங்கை நான் நடத்துகின்றபோது, முதலில் அந்நிறுவனத்தின் விழுமியங்கள் என்ன என்பதைத் தெளிவாக வரையறை செய்து கொள்ளுமாறு நான் அவர்களைக் கேட்டுக் கொள்வேன். அந்நிறுவனத்திற்கு ஒன்றுக்கு மேற்பட்ட விழுமியங்கள் இருந்தால், அவை எந்த வரிசையில் முன்னுரிமைப்படுத்தப்படுகின்றன என்பதையும், அந்நிறுவனத்தின் அன்றாட நடவடிக்கைகளில் அவை உண்மையிலேயே பிரதிபலிக்கின்றனவா என்பதையும் நான் அறிந்து கொள்வேன்.

பொதுவாக நிறுவனங்கள் சுவீகரித்துக் கொள்கின்ற விழுமியங்களில், நேர்மை, தரம், வாடிக்கையாளர் சேவை, புதுமைப்புனைவு, இலாபம் போன்றவை அதிக அளவில் இடம்பெறுகின்றன.

இக்கேள்விகளை உங்களிடம் கேட்டுக் கொள்ளுங்கள்: உங்கள் நிறுவனத்தின் விழுமியங்கள் எவை? நீங்கள் தரத்திற்கு மதிப்பளிக்கிறீர்களா? உங்களுடைய தயாரிப்புப் பொருட்கள் அல்லது நீங்கள் வழங்குகின்ற சேவைகள் உன்னதமானவையாக இருக்க வேண்டும் என்பதில் நீங்கள் நம்பிக்கை வைத்துள்ளீர்களா? உங்களுடைய ஊழியர்களைச் சிறப்பாகக் கவனித்துக் கொள்வதில் நீங்கள் நம்பிக்கை வைத்துள்ளீர்களா? புதுமைப்புனைவு, சந்தையில் கோலோச்சுதல் ஆகியவற்றில் நீங்கள் நம்பிக்கை வைத்துள்ளீர்களா? சரி மற்றும் தவறு குறித்த உங்களுடைய அடிப்படை நம்பிக்கை என்ன?

மற்றவர்கள் என்ன சொல்வார்கள்?

உங்கள் நிறுவனத்தின் விழுமியங்கள் என்ன என்று உங்களுடைய ஊழியர்களிடம் கேட்கப்பட்டால் அவர்கள் என்ன சொல்வார்கள்? தங்கள் நிறுவனத்தின் விழுமியங்களை அவர்களால் தெளிவாக எடுத்துரைக்க முடியுமா? அல்லது, அவர்கள் கூறுவதற்கும் நிறுவனம் கொண்டிருக்கின்ற விழுமியங்களுக்கும் இடையே முரண்பாடுகள் இருக்குமா?

உங்கள் நிறுவனத்தின் விழுமியங்கள் குறித்து உங்கள் வாடிக்கையாளர்களிடம் கேட்கப்பட்டால் அவர்கள் என்ன சொல்வார்கள்?

உங்கள் விழுமியங்கள் குறித்து நீங்கள் எவ்வளவு தீவிரமாக இருக்கிறீர்கள் என்பது உங்களுடைய அன்றாடச் செயல்நடவடிக்கைகளில், அதிலும் குறிப்பாக, நீங்கள் அழுத்தத்திற்கு ஆளாகின்றபோது வெளிப்பட்டுவிடும். தனிநபர்களாக இருந்தாலும் சரி, நிறுவனங்களாக இருந்தாலும் சரி, நெருக்கடியான காலகட்டங்களின்போது அவர்கள் எப்படி நடந்து கொள்கிறார்கள் என்பதை வைத்து, அவர்கள் உண்மையில் எதன்மீது நம்பிக்கை வைத்திருக்கிறார்கள் என்பது வெளிப்பட்டுவிடும்.

விழுமியங்கள் வலுவான அடித்தளத்தை அமைக்கும்

என்னுடைய வாடிக்கையாளர்களில் ஒருவர் தான் தொடங்கியிருந்த ஒரு துளிர் நிறுவனத்தின் விழுமியங்களை வரையறுக்க விரும்பினார். அவருடைய நிர்வாகக் குழுவினர் ஒன்றுகூடி ஆலோசித்து ஐந்து விழுமியங்களைத் தேர்ந்தெடுத்தனர். அவற்றில், நேர்மையிலிருந்து இலாபம்வரை இடம்பெற்றிருந்தன. பிறகு, ஒவ்வொரு விழுமியமும் அந்த நிறுவனத்தில் நடைமுறையில் எப்படிப் பின்பற்றப்படும் என்பதை

விளக்குகின்ற விதத்தில் அவர்கள் ஓர் ஒற்றை வாசகத்தை உருவாக்கி, அதை ஒரு பிளாஸ்டிக் அட்டையில் அச்சடித்து அனைத்து ஊழியர்களுக்கும் விநியோகித்தனர். அது அந்நிறுவனத்தின் அடிப்படைச் செயல்முறைக் கொள்கையாக உருவெடுத்தது. அந்நிறுவனத்தின் நிர்வாக அதிகாரிகளில் ஒருவர் ஏதாவது ஒரு முக்கியமான தீர்மானம் எடுக்க வேண்டியிருக்கும்போது, தன்னிடமுள்ள 'விழுமிய அட்டையை' வெளியே எடுத்து, தான் எடுக்கவிருக்கின்ற தீர்மானம் தன்னுடைய நிறுவனத்தின் விழுமியங்களோடு ஒத்துப் போகிறதா என்பதைப் பார்த்தால் போதுமானதாக இருக்கும்.

அந்த நிறுவனம் கடுமையான போட்டியாளர்களைச் சந்தித்தபோதிலும், ஒரு சில ஆண்டுகளுக்கு உள்ளாகவே அது தன் துறையில் உச்சத்தில் இருந்த ஒரு சில நிறுவனங்களில் ஒன்றாக ஆகிவிட்டது.

உங்களுடைய தொலைநோக்கு என்ன?

உங்கள் விழுமியங்கள் என்ன என்பது குறித்தத் தெளிவு உங்களுக்கு ஏற்பட்டதும், வருங்காலத்திற்குள் நுழைந்து பார்க்கச் சிறிது நேரம் ஒதுக்குங்கள். உங்கள் நிறுவனம் எல்லா விதங்களிலும் கனகச்சிதமாக இருந்தால் அது எப்படிக் காட்சியளிக்கும் என்று கற்பனை செய்து ஒரு தொலைநோக்கை உருவாக்குங்கள். நான் என் கருத்தரங்குகளில் அதை 'ஐந்தாண்டுக் கனவு' என்று அழைக்கிறேன். உங்களுடைய ஐந்தாண்டுக் கனவு எது?

'இருப்பதிலேயே மிகச் சிறந்த நிறுவனமாக ஆக வேண்டும்' என்று கூறுவது அதற்கான ஓர் எளிய எடுத்துக்காட்டு. தன் உற்பத்திப் பொருள், தான் வழங்குகின்ற சேவை, வாடிக்கையாளர் சேவை போன்றவை உன்னதமான நிலையில் இருக்க வேண்டும் என்று ஒரு நிறுவனம் விரும்பலாம். தலைமைத்துவம்,

நிர்வாகம் போன்றவற்றில் தான் தலைசிறந்து விளங்க வேண்டும் என்று அது ஆசைப்படலாம்.

தொடங்கப்படுகின்ற எந்தவொரு தொழிலுக்கும், உலகின் தலைசிறந்ததொரு நிறுவனமாக ஆக வேண்டும் என்ற கனவு இல்லையென்றால், அதனால் ஒருக்காலும் பெரிய அளவில் வெற்றி பெற முடியாது என்று பீட்டர் டிரக்கர் ஒரு முறை கூறியுள்ளார். அதனால், உங்களுடைய கனவும், உங்களுடைய நிறுவனம் ஓர் உலகளாவிய நிறுவனமாக வர வேண்டும் என்பதாகத்தான் இருக்க வேண்டும். அப்படி நீங்கள் கனவு காண்கின்றபோது, அதைச் செயல்படுத்துவதற்கு நீங்கள் உடனடியாக எத்தகைய நடவடிக்கைகள் எடுப்பீர்கள்?

உங்களுடைய வாடிக்கையாளர்கள் என்ன கூறுவர்?

உங்களுடைய வாடிக்கையாளர்கள் உங்களைப் பற்றி எத்தகைய பிம்பத்தை வைத்திருக்க வேண்டும் என்று நீங்கள் எதிர்பார்க்கிறீர்கள்? உங்களுடன் உறவாடிய பிறகு அவர்கள் பிறரிடம் பேசுகின்றபோது, உங்களுடைய நிறுவனத்தைப் பற்றி அவர்கள் என்ன கூற வேண்டுமென்று நீங்கள் நினைக்கிறீர்கள்? உங்களுடைய விழுமியங்களையும் தொலைநோக்கையும் தீர்மானிப்பதற்கான ஒரு சிறந்த தொடக்கப் புள்ளியாக இது இருக்கும்.

ஒரு நிறுவனத்தின் மிகவும் மதிப்பு வாய்ந்த சொத்து அதன் நற்பெயர்தான் என்று ஹார்வர்டு வணிகப் பள்ளியைச் சேர்ந்த தியோடோர் லெவிட் கூறியுள்ளார். ஒரு நிறுவனத்தைப் பற்றிப் பிறர் என்ன நினைக்கிறார்கள் என்பதுதான் அந்நிறுவனத்தின் நற்பெயராகும்.

உங்களுடைய வாடிக்கையாளர்கள், உங்கள் போட்டியாளர்கள், உங்களுக்குப் பொருட்களை வழங்குபவர்கள், உங்களுடைய விற்பனையாளர்கள்

மற்றும் பொதுமக்கள் தங்களுக்குள் பேசிக் கொள்கின்றபோது, உங்களுடைய நிறுவனத்தைப் பற்றியும், உங்களுடைய தயாரிப்புப் பொருட்களைப் பற்றியும், நீங்கள் அளிக்கின்ற சேவைகளைப் பற்றியும் அவர்கள் பேசிக் கொள்வதை வைத்துத்தான் உங்களுடைய நற்பெயர் தீர்மானிக்கப்படுகிறது.

இப்போது உங்கள் நிறுவனத்தைப் பற்றி அவர்கள் என்ன சொல்லிக் கொண்டிருக்கிறார்கள்? வருங்காலத்தில் அவர்கள் உங்கள் நிறுவனத்தைப் பற்றி என்ன கூற வேண்டும் என்று நீங்கள் விரும்புகிறீர்கள்? உங்கள் நிறுவனத்திற்கு உள்ளே இருப்பவர்களும் சரி, வெளியே இருப்பவர்களும் சரி, உங்கள் நிறுவனத்தைப் பற்றி நீங்கள் கற்பனை செய்து வைத்துள்ள விதத்தில் பேசுவதை உறுதி செய்வதற்கு உங்களால் என்ன செய்ய முடியும்?

ஒரு சிறந்த அவதானிப்பாளராக இருங்கள்

உங்கள் நிறுவனத்தில் வேலை பார்த்துக் கொண்டிருப்பவர்கள் உங்கள் நிறுவனத்தைப் பற்றிப் பிறருடன் பேசுவதாகக் கற்பனை செய்து கொள்ளுங்கள். அப்போது அவர்கள் உங்கள் நிறுவனத்தைப் பற்றி என்ன சொல்வார்கள்? உங்கள் நிறுவனம் உங்களுடைய ஊழியர்களுக்கு எப்படிப்பட்ட வேலைச் சூழலை வழங்குகிறது? எத்தகைய மக்கள் உங்கள் நிறுவனத்தில் வேலை பார்த்துக் கொண்டிருக்கிறார்கள்? எத்தகைய ஒரு நிறுவனத்தை நீங்கள் உருவாக்கியிருக்கிறீர்கள்?

உங்களுடைய நிறுவனம் குறித்து மக்கள் இப்போது கொண்டிருக்கின்ற அபிப்பிராயத்திலிருந்து, அவர்கள் எப்படிப்பட்ட வித்தியாசமான அபிப்பிராயத்தைக் கொண்டிருக்க வேண்டும் என்று நீங்கள் கனவு கண்டுள்ளீர்களோ, அதை அவர்கள் கொண்டிருப்பதற்கு நீங்கள் என்ன செய்யப் போகிறீர்கள்? உங்கள் நிறுவனம் பிரம்மாண்டமாக வளர்ந்து சந்தையின் நாயகனாக

உருவெடுப்பதற்கு, அதைப் பற்றிய எத்தகைய வர்ணனை உதவிகரமானதாக இருக்கும்?

உங்கள் நோக்கத்தைத் தீர்மானித்துக் கொள்ளுங்கள்

நீங்கள் இப்போது செய்து கொண்டிருக்கின்ற விஷயங்களை நீங்கள் ஏன் செய்து கொண்டிருக்கிறீர்கள்? உங்கள் நிறுவனம் நிலை கொண்டிருப்பதற்கான காரணம் என்ன? ஒரு நிறுவனம் என்ற முறையில், அது ஊழியர்கள் மற்றும் வாடிக்கையாளர்களுக்கு எத்தகைய வித்தியாசத்தை ஏற்படுத்திக் கொண்டிருக்கிறது?

"எதற்காக வாழ வேண்டும் என்ற நோக்கத்தைக் கொண்டிருப்பவனால் வாழ்க்கையில் எதை வேண்டுமானாலும் தாங்கிக் கொள்ள முடியும்," என்று ஃபிரெட்ரிக் நீட்சே கூறியுள்ளார்.

பிறருடைய வாழ்க்கையை அல்லது வேலையை மேம்படுத்த அல்லது செழுமைப்படுத்த நீங்கள் என்ன செய்கிறீர்கள் என்பதன் அடிப்படையில்தான் உங்களுடைய வாழ்வு அல்லது உங்களுடைய தொழிலின் நோக்கம் எப்போதும் வரையறுக்கப்படுகிறது.

உங்களுடைய விழுமியங்கள் மற்றும் தொலைநோக்குகள் குறித்தத் தெளிவிலிருந்துதான் உங்களுடைய நோக்கம் இயல்பாக முகிழ்த்தெழுகிறது. உங்களுக்கு எது முக்கியம் என்பதையும், வாழ்வில் எது உங்களுக்கு உத்வேகமூட்டுகிறது என்பதையும் உங்களுக்கும் பிறருக்கும் விவரிப்பதற்கு அது உதவுகிறது.

அத்தியாயம் ஆறு

உங்கள் நிறுவனத்தின் குறிக்கோள் வாசகத்தைத் தீர்மானியுங்கள்

உங்களுடைய நிறுவனத்தின் விழுமியங்கள், முன்னோக்கு மற்றும் நோக்கத்தைத் தீர்மானித்தவுடன், உங்களுடைய அடுத்த நடவடிக்கை, உங்கள் நிறுவனத்தின் குறிக்கோள் வாசகத்தை உருவாக்குவதாக இருக்க வேண்டும்.

குறிக்கோள் வாசகம் ஒரு நிறுவனத்தின் தொழில் உத்தி வடிவமைப்பின் ஓர் இன்றியமையாத அம்சமாகும்.

அலெக்சாண்டர் தன் இலக்கு குறித்துத் தெளிவாக இருந்தார். கிரேக்கக் கலாச்சாரத்தை உலகெங்கும் கொண்டு செல்வதுதான் அது. தான் அதற்காகக் கடுமையான எதிர்ப்புகளை எதிர்கொள்ள வேண்டியிருக்கும் என்பதை அவர் அறிந்திருந்தார்.

உங்களுடைய தொழிலில் வெற்றியடைவதற்கும்

நீங்கள் கடுமையான போட்டிகளை எதிர்கொள்ள வேண்டியிருக்கும். சந்தையில் நீங்கள் விரும்புகின்ற வெற்றியைப் பெறுவதற்கு உங்களுடைய விழுமியங்கள், முன்னோக்கு மற்றும் நோக்கம் குறித்து நீங்கள் தெளிவாக இருக்க வேண்டும்.

குறிக்கோள் வாசகம் தரத்தின் அடிப்படையில் அமைய வேண்டும்

குறிக்கோள் வாசகம் எப்போதும் தரத்தின் அடிப்படையிலேயே அமைக்கப்பட வேண்டும். அது ஒருபோதும் அளவின் அடிப்படையில் அமைக்கப்படக்கூடாது. எடுத்துக்காட்டாக, அந்த வாசகம், "ஏராளமாகப் பணம் சம்பாதித்தல்" அல்லது "இலாபத்தை அதிகரித்தல்" என்பதாக இருக்கக்கூடாது. குறிக்கோள் வாசகம் புறவயமானதாக இருக்க வேண்டும். உங்களுடைய வாடிக்கையாளர்களுக்கு உதவி செய்து, அவர்களின் வாழ்க்கையை மேம்படுத்துவதை நோக்கி அது இருக்க வேண்டும்.

ஜெனரல் எலெக்ட்ரிக் நிறுவனத்தின் குறிக்கோள் வாசகம் இது: "ஜெனரல் எலெக்ட்ரிக் நிறுவனம், ஒப்பிடப்பட முடியாத உன்னதமான தரத்திற்கும், அதன் ஒவ்வொரு பிரிவும் பெரும் இலாபத்துடன் உலக அளவில் கோலோச்சுகின்ற நிலைக்கும் அறியப்படுகின்ற ஒரு தனித்துவமான, துடிப்பான நிறுவனமாகும்."

அதனுடைய குறிக்கோள் வாசகம் அதன் செயல்நடவடிக்கைகளுக்குப் பெரும் உந்துசக்தியாக விளங்குகின்ற காரணத்தால், ஜெனரல் எலெக்ட்ரிக் நிறுவனம், உலக வரலாற்றில் பிரம்மாண்டமான வெற்றி பெற்றுள்ள தொழில்களில் ஒன்றாக உருவெடுத்துள்ளது. அந்நிறுவனம் முதலில் ஜாக் வெல்ச்சின் தலைமையின் கீழும், அவரைத் தொடர்ந்து வந்த பிற தலைவர்களின் தலைமையின் கீழும், அதன் உற்பத்திப் பொருட்கள் மற்றும் சேவைகளில் புதுமைப்புனைவு, வணிக வளர்ச்சி,

இலாபம், சந்தையில் மதிப்பான நிலை ஆகியவற்றை அடைந்துள்ளது.

ஒரு குடையின் கீழ்

குறிக்கோள் வாசகத்தின் கீழ் பொதுவாகப் பல விஷயங்கள் அடக்கப்படும். அதில் குறிப்பிடப்பட்டுள்ள கொள்கைகளின் அடிப்படையில்தான் ஒரு நிறுவனத்தின் அனைத்து விஷயங்களும் மேற்கொள்ளப்படும். ஒரு நிறுவனம் எதைச் செய்யும், எதைச் செய்யாது என்பதை அந்நிறுவனத்தின் குறிக்கோள் வாசகம் மக்களுக்குத் தெரியப்படுத்தும்.

ஒரு நல்ல குறிக்கோள் வாசகம் ஒரு வழிமுறையையும் ஓர் அளவீட்டையும் உள்ளடக்கியிருக்கும். ஒரு குறிக்கோள் என்பது அடையப்படக்கூடிய ஒன்றாக இருப்பதால், நீங்கள் உங்களுடைய குறிக்கோளை எந்த அளவுக்கு அடைந்துள்ளீர்கள் என்பதை அளவிடுவதற்குத் தெளிவான வரையறைகள் இருத்தல் வேண்டும்.

ஓர் எளிய குறிக்கோள் வாசகத்தை நீங்கள் இவ்வாறு அமைக்கலாம்: "எங்களுடைய குறிக்கோள் (இங்கு உங்களுடைய வாடிக்கையாளர்களின் வாழ்க்கையை நீங்கள் எப்படி மேம்படுத்தப் போகிறீர்கள் என்பதைக் குறிப்பிடுங்கள்). இந்தக் குறிக்கோளை நாங்கள் (இங்கு நீங்கள் வழிமுறைகளைக் குறிப்பிடுங்கள்) அடையப் போகிறோம். இதில் நாங்கள் எந்த அளவுக்கு வெற்றி பெற்றுள்ளோம் என்பதை நாங்கள் இவ்வாறு (நீங்கள் உங்களுடைய குறிக்கோளில் வெற்றி பெற்றால் எந்த அளவீட்டை அடைந்திருப்பீர்களோ அந்த எண்ணை இங்குக் குறிப்பிடுங்கள்) அளவிட உத்தேசித்துள்ளோம்."

எடுத்துக்காட்டு:

"சந்தையில் இருப்பவற்றிலேயே தலைசிறந்த பொருளை வழங்குபவர்களாக இருப்பதுதான் எங்கள் குறிக்கோள். அது எங்களுடைய வாடிக்கையாளர்கள் தங்களுடைய வாழ்க்கையைப் பெருமளவு மேம்படுத்திக் கொள்ள உதவும். எங்களுடைய பொருட்களின் தரத்தை நாங்கள் தொடர்ந்து மேம்படுத்துவதும், புதிய வாடிக்கையாளர்களைக் கவர்வதற்காகத் தீவிரமான முறையில் செயல்படுவதும் எங்களுடைய வழிமுறையாக இருக்கும். ஆண்டுக்குக் குறைந்தபட்சம் 20 சதவீதம் வளர்வதை வைத்து நாங்கள் எங்களுடைய வெற்றியை அளவிடுவோம்."

குறிக்கோள் வாசகம் தெளிவுடன் இருத்தல் வேண்டும்

ஒரு நல்ல குறிக்கோள் வாசகம் தெளிவாகவும், திட்டவட்டமானதாகவும், அளவிடத்தக்கதாகவும், அக்குறிக்கோளை அடைவதற்கு உதவ வேண்டிய பொறுப்பில் உள்ளவர்களால் புரிந்து கொள்ளத்தக்கதாகவும், எளிதில் சுவீகரித்துக் கொள்ளத்தக்கதாகவும் இருக்க வேண்டும். அளவிடத்தக்க அம்சத்தைப் பொறுத்தவரை, பல குறிக்கோள் வாசகங்கள் பொத்தம்பொதுவாகவும் தெளிவற்றும் இருக்கின்றன. அந்த நிறுவன ஊழியர்களுக்கு வழிகாட்டுகின்ற விதமாக அவை இருப்பதில்லை. அதோடு, தங்களுடைய நிறுவனத்தின் குறிக்கோளைத் தாங்கள் எந்த அளவு அடைந்திருக்கிறோம் என்பது குறித்த எந்த யோசனையும் அவர்களுக்கு இருப்பதில்லை.

கடும் மாற்றங்கள் நிகழ்ந்து கொண்டிருக்கின்ற நேரங்களிலும் நெருக்கடியான காலகட்டங்களிலும் குறிக்கோள் வாசகத்தை மறுபரிசீலனை செய்வது

நல்லது. அது முழுமையாகவோ அல்லது அதன் ஒரு பகுதியோ காலாவதியாகி இருப்பதற்கு வாய்ப்பிருக்கிறது. உங்களுடைய பொருட்கள், சேவைகள், சந்தைகள், வாடிக்கையாளர்கள், தொழில்நுட்பம் போன்றவை பெருமளவு மாறியிருக்கலாம். உங்களுடைய குறிக்கோள் வாசகம், மாறி வரும் சூழலுக்குப் பொருத்தமாக இருப்பதை நீங்கள் உறுதி செய்து கொள்ள வேண்டும்.

சில நேரங்களில் உங்களுடைய குறிக்கோள் வாசகத்தை மறுபரிசீலனை செய்து, அதில் இடம்பெற்றுள்ள வார்த்தைகளை மாற்றி அமைப்பது, உங்களுடைய தொழில் சென்று கொண்டிருக்கின்ற திசையையே மாற்றிவிடக்கூடும். அது புதிய தீர்மானங்கள், புதிய உத்திகள், புதிய செயல்நடவடிக்கைகளுக்கு இட்டுச் செல்லக்கூடும். சில நேரங்களில், நேர்மை, தரம், வாடிக்கையாளர் சேவை, சந்தை மேலாதிக்கம் போன்றவை குறித்து நீங்கள் ஏற்கனவே வரையறுத்துள்ளவற்றை மாற்ற வேண்டிய தேவை இருக்காது. ஆனால், புதிய எதார்த்தங்களை எதிர்கொள்வதற்கு உங்களைத் தயார் செய்து கொள்வதற்கு உங்களுடைய குறிக்கோள் வாசகம் மாற்றியமைக்கப்பட வேண்டியிருக்கலாம்.

சரியான கலவை

ஒரு குறிக்கோள் வாசகத்தை எழுதுவது என்பது, சரியான எண்களைத் திருகி ஒன்றுசேர்த்தால் திறக்கின்ற ஒரு பூட்டுக்கு ஒப்பானது. சரியான கலவை உங்களுக்குத் தெரிந்திருந்து, சரியான எண்களைச் சரியான வரிசையில் நீங்கள் திருகுகின்றபோது, அந்தப் பூட்டு திறக்கும். நீங்கள் குறிக்கோள் வாசகத்தைப் படிப்படியாக உருவாக்கி முடிக்கின்றபோது, அது தொழில் உத்தியை வடிவமைப்பதற்கு வெகுவாக உதவும்.

அத்தியாயம் ஏழு

எதிர்காலத்திலிருந்து பின்னோக்கிப் பார்த்தல்

முற்றிலும் உகந்ததொரு வருங்காலத்திற்கு உங்களுடைய நிறுவனத்தை எடுத்துச் செல்கின்ற பாதைதான் தொழில் உத்தியாகும். நீங்கள் எங்கு இருக்கிறீர்கள் என்பதை அறிந்து கொண்டு, உங்களுக்கு உகந்ததொரு வருங்காலத்தைக் கற்பனை செய்து, அதை அடைவதற்கு நிகழ்காலத்தில் செய்யப்பட வேண்டியவற்றில் கவனத்தைக் குவிப்பதிலிருந்து தொழில் உத்தி தொடங்குகிறது.

உங்களுடைய தொழில் என்ன?

நீங்கள் எங்குச் செல்ல விரும்புகிறீர்கள் என்பதைத் தீர்மானிப்பதற்கு முன்பாக, தற்போது நீங்கள் எங்கு

இருக்கிறீர்கள் என்பதை நீங்கள் தெளிவாக அறிந்திருக்க வேண்டும்.

இப்படிப்பட்டக் கேள்விகளுடன் தொடங்குங்கள்: உங்களுடைய தொழிலை நீங்கள் எப்படி வர்ணிப்பீர்கள்? உங்களுடைய பொருட்கள் வாடிக்கையாளர்களின் வாழ்க்கையை மேம்படுத்துவதற்கு என்ன செய்கின்றன என்பதைத் தெளிவாக விவரியுங்கள்.

தங்களுடைய தொழில் உண்மையிலேயே என்ன என்பது குறித்துப் பலருக்குத் தெரியாது. இதற்கான சிறந்த எடுத்துக்காட்டு, அமெரிக்கத் தனியார் இரயில் நிறுவனங்கள். இருப்புப்பாதைகளை அமைத்து, அவற்றில் இரயில் விடுகின்ற நிறுவனங்களாக அவை தம்மைக் கருதிக் கொண்டிருந்தன. ஆனால், உண்மையில், சரக்குகளையும் ஆட்களையும் ஓரிடத்திலிருந்து மற்றோர் இடத்திற்குக் கொண்டு செல்கின்ற தொழிலில்தான் அவை ஈடுபட்டிருந்தன.

இறுதியில், அங்கிருந்த இரயில் நிறுவனங்களில் கிட்டத்தட்ட அனைத்துமே திவாலாகிவிட்டன. சரக்கு மற்றும் ஆட்களின் போக்குவரத்தானது, லாரிகள், விமானங்கள் மற்றும் கப்பல்களின் மூலம் நடைபெறத் தொடங்கியதே அதற்குக் காரணம்.

கனடாவைச் சேர்ந்த 'கனேடிய பசிபிக் இரயில்வே' நிறுவனம் இதற்கு நேரெதிரான எடுத்துக்காட்டாகத் திகழ்கிறது. அந்நிறுவனம் தொடக்கத்திலிருந்தே சரக்குகளையும் ஆட்களையும் கொண்டு செல்கின்ற தொழிலில் தான் ஈடுபட்டிருந்ததாகக் கருதியது. அந்நிறுவனத்திற்கு இந்த முன்னோக்கு இருந்ததால், கனேடிய பசிபிக் ஏர்லைன்ஸ், கனேடிய பசிபிக் டிரக்கிங், கனேடிய பசிபிக் ஷிப்பிங் ஆகிய நிறுவனங்களை நிறுவி, தரைவழி, வான்வழி மற்றும் நீர்வழிப் போக்குவரத்துத் துறைகளிலும் வலுவாகக் கால் பதித்தது. நீங்கள் எந்தவொரு பொருளையும் (அதில் நீங்களும் அடக்கம்) ஓரிடத்திலிருந்து மற்றோர் இடத்திற்குக் கொண்டு செல்ல விரும்பினால், அதற்குக் கனேடிய பசிபிக்

நிறுவனத்திடம் ஒரு தீர்வு இருக்கும்.

எண்களை நோக்குங்கள்

உங்கள் நிறுவனத்தைப் பற்றி ஒரு விரிவான அலசலை மேற்கொள்ளுங்கள். நீங்கள் இப்போது எங்கே இருக்கிறீர்கள்? உங்களுடைய பொருளின் அடக்க விலை என்ன? உங்களுடைய பொருளின் விற்பனை விலை என்ன? உங்களுடைய இலாப விகிதம் என்ன? உங்களுடைய மொத்த விற்பனை எவ்வளவு? உங்களுடைய நிதி நிலைமை என்ன?

உங்களுடைய விற்பனைப் புள்ளிவிபரங்களைத் தனித்தனியாகப் பிரித்து அலசுங்கள். உங்களுடைய விற்பனைப் பொருட்களின்படி, சந்தைகளின்படி, மற்றும் விநியோகிப்பாளர்களின்படி அவற்றைப் பிரியுங்கள். அதை வைத்து உங்களுடைய நிதிசார் பலத்தையும் நிதிசார் பலவீனங்களையும் கண்டறியுங்கள். தற்போது உங்களிடம் என்னென்ன நிதிவளங்கள் இருக்கின்றன?

அடுத்து உங்களுடைய விற்பனை இலக்கை எடுத்துக் கொள்ளுங்கள். அதை உண்மையான விற்பனையோடு ஒப்பிட்டுப் பாருங்கள். விற்பனை உங்களுடைய எதிர்பார்ப்பை நிறைவேற்றியுள்ளதா? அது ஏறுமுகமாக இருக்கிறதா அல்லது இறங்குமுகமாக இருக்கிறதா? அது இறங்குமுகமாக இருந்தால், அதைத் தூக்கி நிறுத்த உங்களால் என்ன செய்ய முடியும்? அது ஏறுமுகமாக இருந்தால், அது தொடர்ந்து மேல்நோக்கிச் சென்று கொண்டிருப்பதற்கு இப்போது நீங்கள் செய்து கொண்டிருக்கின்ற காரியங்கள் போதுமானவையா?

அடுத்து இலாபத்தைப் பற்றி அலசுங்கள். இப்போது நீங்கள் ஈட்டிக் கொண்டிருக்கின்ற இலாபம் உங்களுடைய எதிர்பார்ப்புகளை நிறைவேற்றுகின்ற விதத்தில் இருக்கிறதா? அல்லது, அது மேல்நோக்கியோ அல்லது கீழ்நோக்கியோ சென்று கொண்டிருக்கிறதா?

முதலீட்டுக்கான பதிலீடு

உங்களுடைய விற்பனைப் பொருட்களைப் பற்றி அலசுங்கள். அவை நன்றாக விற்பனையாகிக் கொண்டிருக்கின்றனவா? உங்களுடைய விற்பனைப் பொருட்களில் எவை சிறப்பாக விற்பனையாகிக் கொண்டிருக்கின்றன? எவை மோசமாக விற்பனையாகிக் கொண்டிருக்கின்றன? அவற்றில் எந்தப் பொருட்களின் இலாப விகிதம் அதிகம்? இலாப சதவீதம் அதிகமாக இல்லாத அல்லது நட்டத்தை ஏற்படுத்திக் கொண்டிருக்கின்ற பொருட்களைத் தொடர்ந்து விற்பனை செய்து கொண்டிருக்கின்ற தவற்றைப் பல நிறுவனங்கள் தொடர்ந்து செய்து கொண்டிருக்கின்றன. அதிகமான பொருட்களை விற்பனை செய்வது உங்கள் தொழிலின் நோக்கம் அல்ல; மாறாக, அதிக இலாபம் ஈட்டுவதே அதன் நோக்கம். ஒரு குறிப்பிட்டப் பொருளிலிருந்து இலாபம் வரவில்லையென்றால், அந்தப் பொருளை அதிகமாக விற்பதன் மூலம் நீங்கள் அதிகமான பணத்தை இழப்பீர்கள்.

உங்களுடைய முதலீட்டுக்கு எவ்வளவு பதிலீடு கிடைக்கிறது என்பதைக் கவனியுங்கள். அது கூடிக் கொண்டிருக்கிறதா அல்லது குறைந்து கொண்டிருக்கிறதா? நீங்கள் சரியான தீர்மானங்களை மேற்கொண்டு வருகிறீர்களா?

வாடிக்கையாளரே இராஜா

நட்டத்தை ஏற்படுத்திக் கொண்டிருக்கும் பொருட்களின் விற்பனை உங்களுக்கு வருவாய் இழப்பை ஏற்படுத்துவதுபோல, உங்களுடைய வாடிக்கையாளர்களில் சிலரும் உங்களுடைய நிறுவனத்திற்கு நட்டத்தை ஏற்படுத்தக்கூடும். அத்தகைய வாடிக்கையாளர்களுக்கு உங்களுடைய பொருட்களை விற்பனை செய்வதில் அர்த்தமில்லை.

உங்கள் நிறுவனத்தைப் பொறுத்தவரை, உங்களுடைய வாடிக்கையாளர்களில் யார் அதிக அளவு இலாபகரமானவர்கள், யார் குறைந்த அளவு இலாபகரமானவர்கள்? அதைக் கண்டுபிடித்துவிட்டால், அதிக இலாபம் ஈட்டித் தருகின்ற வாடிக்கையாளர்களைத் தக்கவைத்துக் கொள்வதற்கும், குறைந்த இலாபம் ஈட்டித் தருகின்ற வாடிக்கையாளர்களை நீக்குவதற்கும் தேவையான நடவடிக்கைகளை உங்களால் எடுக்க முடியும்.

உங்களுடைய வாடிக்கையாளர்களை மகிழ்ச்சியாக வைத்திருப்பது எது? உங்களுடைய சிறந்த வாடிக்கையாளர்கள் ஏன் மீண்டும் மீண்டும் உங்களிடம் திரும்பி வருகிறார்கள்? நீங்கள் வாடிக்கையாளர்களுக்கு அளிக்கின்ற விஷயங்களில் எவை அவர்களை அதிகமாகக் கவர்ந்துள்ளன? வாடிக்கையாளர்களின் திருப்தியில் தலையாயதாக விளங்குகின்ற ஒன்றை அடையாளம் காண்பது முக்கியமானது.

இந்த விஷயத்தில் சமரசமற்ற நேர்மையுடன் இருங்கள். அதேபோல, உங்களுடைய வாடிக்கையாளர்கள் உங்களிடம் எதை விரும்பவில்லை என்பதையும் கவனியுங்கள். அவர்கள் முன்வைக்கின்ற புகார்களில் முதலிடத்தில் இருக்கின்ற விஷயங்கள் என்னென்ன? நீங்கள் அளிக்க முன்வராத எந்த விஷயம் உங்களுடைய தற்போதைய வாடிக்கையாளர்களையும், வாடிக்கையாளர்களாக ஆக வாய்ப்புள்ளவர்களையும் உங்களுடைய போட்டியாளர்களின் பக்கம் சாயச் செய்கிறது?

சந்தையில் உங்களுடைய நிலை

சந்தையில் உங்களுடைய நிலை என்ன என்பதை அறிந்து கொள்வது என்பது உங்களுடைய பலங்களையும் பலவீனங்களையும் தெரிந்து கொள்வதாகும். உங்கள் நிறுவனம் எதைச் சிறப்பாகச்

செய்து கொண்டிருக்கிறது? உங்கள் நிறுவனத்தின் பலவீனம் என்ன? சந்தையில் உங்கள் நிலை என்ன? உங்களுடைய முக்கியமான போட்டியாளர்கள் யார்? உங்கள் போட்டியாளர்களோடு ஒப்பிடுகையில் உங்கள் நிலை என்னவென்று நீங்கள் கருதுவீர்கள்? உங்களுக்கு அடுத்த நிலையிலுள்ள போட்டியாளர்கள் யார் யார்?

உங்களுடைய போட்டியாளர்கள் எதைச் சரியாகச் செய்து கொண்டிருக்கிறார்கள்? அவர்களுடைய பலங்கள் என்ன, பலவீனங்கள் என்ன? அவர்களைவிட மேம்பட்ட விதத்தில் அல்லது மோசமான விதத்தில் நீங்கள் செய்து கொண்டிருக்கும் விஷயங்கள் என்னென்ன?

இவற்றை மீண்டும் மீண்டும் நேர்மையாக அலசுங்கள். அமெரிக்கத் தொழிலதிபரான ஹெரால்டு ஜெனீன் இவ்வாறு கூறியுள்ளார்: "தரவுகளைத் திரட்டுங்கள். உத்தேசமான தரவுகளையோ, எல்லோருக்கும் தெரிந்த தரவுகளையோ திரட்டாதீர்கள். செம்மையான அலசல்களுக்குப் பிறகு, சரியான தரவுகளைத் திரட்டுங்கள்."

எங்கே செல்ல விரும்புகிறீர்கள்?

இப்போது நீங்கள் எங்கே இருக்கிறீர்கள் என்பதை நீங்கள் முழுமையாகப் புரிந்து கொண்டவுடன், வருங்காலத்தில் நீங்கள் எந்த இடத்தை அடைய விரும்புகிறீர்கள் என்ற கேள்வியைக் கையில் எடுத்துக் கொள்ளுங்கள்.

தற்போதைய போக்கை வைத்துப் பார்த்தால் உங்கள் நிறுவனம் எதை நோக்கிச் சென்று கொண்டிருக்கிறது? அது இப்போது சென்று கொண்டிருக்கும் பாதையில் தொடர்ந்து சென்றால், தற்போதைய நிலையை அது தக்கவைத்துக் கொள்ளுமா, முன்னேறுமா அல்லது பின்தங்கிவிடுமா?

சாத்தியக்கூறுகளை அலசுங்கள்

உங்களிடம் இந்தக் கேள்வியைக் கேளுங்கள்: நாளை என்னுடைய நிறுவனம் எப்படி இருக்கும்?

உங்களுடைய நிறுவனத்திற்கு எத்தகைய சாத்தியக்கூறுகள் இருக்கின்றன? உங்களுடைய தொழிலில் குறிப்பிடத்தக்க மாற்றத்தை ஏற்படுத்துவதற்கு உங்களால் எதை வித்தியாசமாகச் செய்ய முடியும் அல்லது எந்தப் புது விஷயங்களுக்குள் உங்களால் நுழைய முடியும்? உங்களால் எந்த மாதிரியான புதுமையான பொருட்களைத் தயாரித்து விற்பனை செய்ய முடியும்? அவற்றை எந்த வித்தியாசமான வழிகளிலும் புதிய இடங்களிலும் உங்களால் விற்க முடியும்?

வரம்பே இல்லையென்று கற்பனை செய்து கொள்ளுங்கள்

அதற்குப் பின்னர் இந்தக் கேள்வியைக் கேளுங்கள்: நாளை உங்களுடைய நிறுவனம் எப்படி இருக்க வேண்டும்? இன்றிலிருந்து ஐந்தாண்டுகள் கழித்து உங்களுடைய தொழில் எப்படி இருக்க வேண்டும்? உங்கள் கையில் ஒரு மந்திரக்கோல் இருந்து, அதை அசைத்து, ஒரு சில ஆண்டுகளுக்குள் உங்களுடைய தொழிலை ஓர் அற்புதமான நிலைக்கு எடுத்துச் செல்ல முடியுமென்றால், அது எப்படி இருக்கும் என்று யோசிப்பதற்கு உங்களுடைய கற்பனைக் குதிரையைத் தட்டிவிடுங்கள்.

ஒரு முறை, சிக்கலில் இருந்த ஒரு பெருநிறுவனத்திற்காக நான் ஒரு கருத்தரங்கு நடத்தினேன். புதிய போட்டியாளர்களாலும் அரசின் புதிய கட்டுப்பாடுகளாலும் அந்நிறுவனம் கடும் நெருக்கடிக்கு உள்ளாகியிருந்தது. பெரும் எண்ணிக்கையில் ஊழியர்கள் பணிநீக்கம் செய்யப்பட்டனர். அதன் சில துணை நிறுவனங்கள் விற்கப்பட்டன. நான் அந்தக்

கருத்தரங்கை, 'இலட்சியக் கற்பனை' என்று நான் அழைத்த ஒன்றோடு தொடங்கினேன். அந்நிறுவனத்தின் தற்போதைய நிலையில் கவனத்தைக் குவிக்காமல், எதிர்காலத்தில் அது எப்படி இருக்க வேண்டும் என்று கற்பனை செய்யுமாறு அதன் நிர்வாகிகளிடம் நான் கேட்டுக் கொண்டேன். 'ஐந்தாண்டுக் கனவு' ஒன்றை உருவாக்குமாறு நான் அவர்களிடம் கூறினேன்.

உங்களுடைய கனகச்சிதமான எதிர்காலத்தைக் கற்பனை செய்வதற்கு 'ஐந்தாண்டுக் கனவு' எனும் இப்பயிற்சி உங்களுக்கு உதவும். உங்கள் மனத்தில் இந்தக் கனவை விலாவாரியாகக் கற்பனை செய்வதற்கு நீங்கள் உங்களிடம் பின்வரும் கேள்விகளைக் கேட்டுக் கொள்ள வேண்டும்: உங்கள் நிறுவனம் அப்போது எவ்வளவு பெரிதாக இருக்கும்? அப்போது அது எத்தகைய நற்பெயரை ஈட்டியிருக்கும்? உங்களுடைய சந்தையில் ஆதிக்கம் செலுத்துகின்ற ஒரு நிறுவனமாக உங்களை ஆக்க உதவிய உங்களுடைய உற்பத்திப் பொருட்கள் எவை? உங்கள் நிறுவனம் எத்தகைய ஊழியர்களைக் கொண்டிருக்கும்? அதன் தலைமைத்துவம் எப்படி இருக்கும்? உங்கள் நிறுவனம் எவ்வளவு இலாபகரமாக இயங்கிக் கொண்டிருக்கும்? உங்கள் நிறுவனத்தின் பங்குகள் எந்த உயரத்தைத் தொட்டிருக்கும்?

பிரச்சனைக்குள் மாட்டிக் கொண்டிருந்த அந்நிறுவனத்தின் நிர்வாகிகளை நான் இப்பயிற்சியில் ஈடுபடுத்தினேன். இறுதியில் அந்த நிறுவனத்தின் கனகச்சிதமான வருங்காலம் குறித்த இருபத்தேழு விதமான விவரிப்புகள் முன்வைக்கப்பட்டன. பின் அவற்றை நாங்கள் தெளிவான இலக்குகளாக மாற்றினோம். மிகவும் இலாபகரமாக இயங்குதல், சந்தையில் மேலாதிக்கம், பங்குச் சந்தையில் உயர்ந்த விலை, உயர்வான வளர்ச்சி விகிதம், சிறப்பான தலைமைத்துவம், அருமையான வாடிக்கையாளர் சேவை, ஊழியர்கள் கொண்டாடுகின்ற அலுவலகச் சூழல் போன்றவை அந்த இலக்குகளில் இடம்பெற்றிருந்தன.

அடுத்த ஐந்து ஆண்டுகளுக்குள் அந்த இலக்குகள் அனைத்தையும் அடைந்துவிட முடியுமென்று அதில் பங்கு பெற்ற அனைத்து நிர்வாகிகளும் உறுதியாக நம்பினர்.

‘எதிர்காலத்திலிருந்து பின்னோக்கிப் பார்த்தல்’ சிந்தனை

உங்களுடைய கனகச்சிதமான வருங்காலத்தை நீங்கள் தெளிவாக வரையறுத்தப் பிறகு, உங்களுடைய தற்போதைய சூழலுக்குத் திரும்பி வந்து, உங்களுடைய கனவை நனவாக்க நீங்கள் என்ன செய்ய வேண்டும் என்பதைத் தீர்மானியுங்கள். இதற்கு ‘எதிர்காலத்திலிருந்து பின்னோக்கிப் பார்த்தல்’ சிந்தனை என்று பெயர். ஐந்தாண்டுக் கனவை நனவாக்கத் தேவையான அனைத்தையும் பட்டியலிடுங்கள். உங்களுடைய தொழில் உத்தியை வகுப்பதற்கான முதல் நடவடிக்கை இது.

அத்தியாயம் எட்டு

கருத்தில் கொள்ள வேண்டிய முக்கிய உத்திசார் அம்சங்கள்

நீங்கள் உங்களுடைய வருங்காலத்தைத் திட்டமிடுகின்றபோது கவனத்தில் கொள்ள வேண்டிய காரணிகளில், விற்பனைப் பொருட்கள், அளிக்கப்படுகின்ற சேவைகள், வாடிக்கையாளர்கள், சந்தை, நிதி, ஊழியர்கள், தொழில்நுட்பம், உற்பத்தி வல்லமை ஆகியவை அடங்கும். உங்களுடைய தொழில் உத்தி தொடர்பான இலக்குகளைப் பொறுத்து, இவற்றை மாற்ற வேண்டுமா அல்லது அப்படியே தொடர வேண்டுமா என்ற முடிவை நீங்கள் எடுக்கலாம்.

உற்பத்திப் பொருட்கள்

நீங்கள் எந்தப் பொருட்களை அல்லது சேவைகளை விற்பனை செய்ய முன்வருகிறீர்கள்? உங்களுடைய

பொருட்கள் எந்த விதத்தில் வாடிக்கையாளர்களின் வாழ்க்கையை மேம்படுத்துகின்றன? அவற்றிலுள்ள எந்தக் குறிப்பிட்ட அம்சம் போட்டியாளர்களின் பொருட்களிலிருந்து மேம்பட்டு விளங்குகிறது?

வாடிக்கையாளர்கள்

உங்களுடைய கச்சிதமான வாடிக்கையாளர்கள் யார்? இனம், வயது, பாலினம் போன்றவற்றின் அடிப்படையில் அவர்கள் எவ்வாறு பிரிக்கப்பட்டுள்ளனர்? உங்களுடைய வாடிக்கையாளர்களின் கல்வித் தகுதி, வருவாய், வேலை போன்றவற்றின் அடிப்படையில் அவர்களைப் பிரித்தால் அவை ஒவ்வொன்றின் சதவீதம் என்னவாக இருக்கும்?

உங்களுடைய வாடிக்கையாளர்களின் உளவியல் அம்சங்கள் எப்படி? அவர்களுடைய இலக்குகள், இலட்சியங்கள், ஆசைகள் மற்றும் உத்வேகங்கள் என்னென்ன? உங்களுடைய பொருட்களை வாங்குவது குறித்து அவர்களிடம் தோன்றியுள்ள பயங்கள், சந்தேகங்கள், மற்றும் நம்பிக்கையின்மைகள் என்னென்ன?

உங்களுடைய வாடிக்கையாளர்களின் நடத்தைசார் அம்சங்கள் எப்படி இருக்கின்றன? அவர்கள் உங்களுடைய பொருளை அல்லது சேவையை எதற்குப் பயன்படுத்துகின்றனர்? அதை அவர்கள் எப்படிப் பயன்படுத்துகின்றனர்? அது அவர்களுடைய வாழ்க்கையை எந்த விதத்தில் மேம்படுத்துகிறது அல்லது எந்த விதத்தில் மாற்றுகிறது?

கடந்தகாலங்களில், நீங்கள் ஒரு பொருளை உற்பத்தி செய்வீர்கள், பின் வாடிக்கையாளர்களைத் தேடுவீர்கள். ஆனால், இன்று நிலைமை இதற்கு நேரெதிராக இருக்கிறது. இன்று முதலில் வாடிக்கையாளர்களும் அவர்களுடைய தேவைகளும் அடையாளம் காணப்படுகின்றன. பின் அவற்றுக்கு ஏற்ற ஒரு பொருள் உருவாக்கப்படுகிறது. சில நேரங்களில்,

வாடிக்கையாளர்கள் ஒரு குறிப்பிட்டப் பொருளை ஒரு குறிப்பிட்ட விலையில் வாங்க ஒப்புக் கொண்ட பிறகே அதன் உற்பத்தி தொடங்கப்படுகிறது.

சந்தைகள்

நீங்கள் எந்தச் சந்தையில் இறங்கத் திட்டமிட்டுள்ளீர்கள்? அதில் எப்படி நுழையப் போகிறீர்கள்? நீங்கள் கிடைமட்டச் சந்தையில் நுழையப் போகிறீர்களா, நெடுமட்டச் சந்தையில் நுழையப் போகிறீர்களா அல்லது பிராந்தியச் சந்தையில் நுழையப் போகிறீர்களா? இச்சந்தைகளில் உங்களுடைய போட்டியாளர்கள் யார்? சந்தையில் நுழைவதற்கு விளம்பரம் போன்றவற்றை நீங்கள் எப்படிப் பயன்படுத்திக் கொள்ளப் போகிறீர்கள்?

நிதி

உங்களிடம் இப்போது எவ்வளவு பணம் இருக்கிறது? நீங்கள் எதிர்பார்க்கின்ற இலாபத்தை ஈட்டுவதற்கும் அதைத் தொடர்ந்து தக்கவைத்துக் கொள்வதற்கும் உங்களுக்கு எவ்வளவு பணம் தேவை?

ஊழியர்கள்

எப்படிப்பட்டத் திறமையுள்ள நபர்கள் உங்களுக்குத் தேவைப்படுவர்? அவர்களை நீங்கள் எப்படிக் கண்டுபிடிக்கப் போகிறீர்கள்? கிடைத்தவர்களை எப்படித் தக்கவைத்துக் கொள்ளப் போகிறீர்கள்?

தொழில்நுட்பம்

உங்களுடைய தொழிலைக் கட்டியெழுப்புவதற்கும் நடத்துவதற்கும் உங்களுக்கு எப்படிப்பட்டத்

தொழில்நுட்பம் தேவைப்படும்? உங்களுடைய போட்டியாளர்கள் புதிய தொழில்நுட்பங்களை சுவீகரித்துக் கொண்டிருக்கின்றபோது, உங்களிடம் தற்போது இருக்கின்ற தொழில்நுட்பம் உங்களுக்குப் போதுமானதாக இருக்குமா?

உற்பத்தி வல்லமை

உங்களுடைய உற்பத்தி வல்லமை என்ன? போட்டிகளைத் தாக்குப்பிடிக்கின்ற விதத்தில் உங்களால் எந்த அளவுக்குத் தயாரித்து, விநியோகித்து, விற்க முடியும்? உங்களுடைய பொருட்களை உற்பத்தி செய்வதற்கும் அவற்றை விநியோகிப்பதற்கும் உங்களுக்கு எவ்வளவு செலவாகும்?

தெளிவான இலக்குகளை நிர்ணயித்துக் கொள்ளுங்கள்

சில ஆண்டுகளுக்கு முன்பு, ஃபார்ச்சூன் பத்திரிகை, உலகின் தலைசிறந்த 500 நிறுவனங்களின் முதன்மை நிர்வாக அதிகாரிகள் வீட்டுக்கு அனுப்பப்படுவதற்கான காரணங்களைத் தெரிந்து கொள்வதற்காக ஓர் ஆய்வை நடத்தியது. அதில் 'செயல்படுத்துவதில் தோல்வி' என்ற காரணிதான் தலையாயது என்று கண்டறியப்பட்டது. அந்த முதன்மை நிர்வாக அதிகாரிகள், தெளிவான எதிர்பார்ப்புகளின் அடிப்படையில்தான் பதவிகளில் நியமிக்கப்பட்டிருந்தனர். ஆனால், அவர்கள் முன் வைக்கப்பட்டிருந்த இலக்குகளை அடைவதில் அவர்கள் தோல்வியடைந்திருந்தனர்.

விற்பனை மற்றும் இலாபம் குறித்த இலக்குகளை அடைய முடியாமல் போனதற்காகப் பல பெருநிறுவனங்களின் முதன்மை நிர்வாக அதிகாரிகள் பதவி நீக்கம் செய்யப்படுகின்ற செய்தியை நீங்கள்

அடிக்கடிக் கேள்விப்பட்டுக் கொண்டிருப்பீர்கள். அந்த இலக்குகளுக்கு அவர்கள்தாம் பொறுப்பு என்பதால், அவர்களுடைய பதவி பறிக்கப்படுகிறது. ஆனால், பெரும்பாலான சமயங்களில், இலக்கு மற்றும் நோக்கம் குறித்தத் தெளிவின்மைதான் அவர்களுடைய தோல்விக்குப் பின்னாலுள்ள காரணங்களில் முதன்மையானதாக இருக்கிறது.

உங்கள் நிறுவனம் வடிவமைத்துள்ள தொழில் உத்தியை வெற்றிகரமாகப் பின்பற்றுவதற்கு உங்களுக்கு உங்களுடைய இலக்குகள்மீது கூரிய கவனம் இருக்க வேண்டும். உங்கள் நிறுவனத்தின் இலக்குகள் குறித்தத் தெளிவு உங்களிடம் இல்லையென்றால், உங்களுடைய தொழில் உத்தியை உங்களால் செயல்படுத்த முடியாது.

உங்கள் நிறுவனத்தின் முக்கிய நோக்கம் என்ன? உங்கள் நிறுவனம் என்ன செய்ய முயன்று கொண்டிருக்கிறது? இப்போது நீங்கள் செய்து கொண்டிருப்பதைவிட மேம்பட்ட வழி ஏதாவது இருக்கக்கூடுமா? தற்போதைய சூழலைக் கணக்கில் எடுத்துக் கொண்டால், உங்களுடைய இலக்குகளை அடைவது சாத்தியமா? அது குறித்த உங்களுடைய அனுமானங்கள் என்ன? உங்களுடைய அனுமானங்கள் தவறாக இருந்தால்? அப்போது நீங்கள் என்ன செய்வீர்கள்?

"தவறான அனுமானங்கள்தாம் ஒவ்வொரு தோல்வியின் ஆணிவேராக விளங்குகின்றன," என்று பீட்டர் டிரக்கர் கூறியுள்ளார்.

நீங்கள் தவறான காரியங்களைச் செய்து கொண்டிருக்கக்கூடும் என்ற சாத்தியக்கூறு குறித்து எப்போதும் திறந்த மனத்துடன் இருங்கள். உங்களுடைய தொழில் மாதிரி காலாவதியானதாக இருக்கலாம். ஒரு சமயத்தில் நல்ல தீர்மானங்களாகத் தோன்றியவை இன்று அப்படி இல்லாமல் போகலாம்.

அத்தியாயம் ஒன்பது

உத்திகளுக்கு இன்றியமையாததாக விளங்குகின்ற உந்துசக்தி

உங்கள் நிறுவனத்தின் நிகழ்காலம் மற்றும் வருங்காலம் குறித்துத் தெளிவாகச் சிந்திப்பதற்கு ஓர் உந்துசக்தி உங்களுக்கு உதவக்கூடும்.

இந்த உந்துசக்தி என்ற சொல்லை ஜான் சிம்மர்மேனும் பெஞ்சமின் டிரெகோவும்தான் தொழிலுலகச் சூழலில் அறிமுகப்படுத்தினர். நீங்கள் இதை சுவீகரித்துக் கொண்டவுடன், உங்களுடைய அனைத்துத் திட்டங்களின் செயல்பாடுகளின் அளவீட்டு அம்சமாக அது மாறிவிடும்.

நீங்கள் தேர்ந்தெடுப்பதற்கு எப்போதுமே பல உந்துசக்திகள் இருக்கின்றன. ஆனால், அவற்றில் ஏதோ ஒன்று அதிமுக்கியமானதாக விளங்கக்கூடும்.

எடுத்துக்காட்டாக, உங்கள் நிறுவனத்தின்

முக்கியமான உந்துசக்தியாக உங்களுடைய உற்பத்திப் பொருட்களை நீங்கள் சுவீகரித்துக் கொண்டிருக்கலாம். ஆனால், அதற்காக, நீங்கள் வாடிக்கையாளர் தேவை மற்றும் வாடிக்கையாளர் திருப்தி போன்றவற்றில் கவனத்தைக் குவித்திருக்கவில்லை என்று அர்த்தமில்லை. நீங்கள் தேர்ந்தெடுத்துள்ள உந்துசக்தியை ஓர் ஈட்டிமுனை என்று வைத்துக் கொள்ளலாம். உங்களுடைய தொழில், உங்களுடைய வாடிக்கையாளர்கள், உங்கள் தொழிலின் நிதி நிலைமை ஆகியவற்றைப் பற்றிய உங்களுடைய சிந்தனையைக் கூர்தீட்ட அது உதவும்.

உந்துசக்தியாக உற்பத்திப் பொருள்

நீங்கள் உங்களுடைய உற்பத்திப் பொருளை அல்லது சேவையை உந்துசக்தியாக வரித்துக் கொள்கின்றபோது, அது உங்களுடைய சந்தையின் விஸ்தீரணத்தையும், உங்களுடைய பொருட்களின் வீச்சையும் தீர்மானிக்கும். நீங்கள் ஒரு டாமினோஸ் பீட்சா கிளை உரிமத்தை வைத்திருக்கிறீர்கள் என்று வைத்துக் கொள்வோம். அங்குப் பீட்சாதான் உந்துசக்தி. அதனால், உங்களுடைய பீட்சாவை, உங்களால் முடிந்த அளவு அதிக எண்ணிக்கையில், அதிகமான வாடிக்கையாளர்களுக்கு, விதவிதமான வழிகளில் விற்பதில்தான் நீங்கள் கவனம் செலுத்துவீர்கள்.

நீங்கள் ஒரு சட்ட நிறுவனமாகவோ அல்லது கணக்காளர் நிறுவனமாகவோ இருந்தால், சேவை வழங்குதல்தான் உங்களுடைய உந்துசக்தியாக இருக்கும். அதனால், நீங்கள் வழங்குகின்ற உங்களுடைய குறிப்பிட்டச் சேவைகளை, உங்களால் முடிந்த அளவு அதிக எண்ணிக்கையில், அதிகமான வாடிக்கையாளர்களுக்கு, விதவிதமான வழிகளில் விற்பதில்தான் நீங்கள் கவனம் செலுத்துவீர்கள்.

உந்துசக்தியாகச் சந்தைத் தேவை

நீங்கள் ஒரு குறிப்பிட்டச் சந்தையை அடையாளம் கண்டு, "அந்தச் சந்தையின் தேவை என்ன?" என்ற கேள்வியை உங்களிடமே கேட்கின்றபோது, சந்தையின் தேவை உந்துசக்தியாகிறது. அதற்குப் பின் நீங்கள் அந்தக் குறிப்பிட்டச் சந்தைத் தேவையை நிறைவேற்றுகின்ற பொருட்களை அல்லது சேவைகளை உருவாக்குகிறீர்கள்.

என்னுடைய வாடிக்கையாளர்களில் 'ஆல் ஸ்டேட் லீகல் சப்ளை' என்ற நிறுவனமும் ஒன்று. அந்நிறுவனம் துல்லியமான கவனக்குவிப்பைக் கொண்டுள்ளது. ஒரு சட்ட நிறுவனம், அது தொடங்கப்பட்டதிலிருந்து மூடப்படும்வரை திறம்பட இயங்குவதற்குத் தேவையான அனைத்துப் பொருட்களையும் சேவைகளையும் வழங்குகின்ற ஒரு நிறுவனம் அது. இந்த நிறுவனம், ஓர் அலுவலகத்திற்குத் தேவையான அறைகலன்கள், கணினிகள், மென்பொருட்கள், காகிதங்கள், எழுது பொருட்கள், பிற பயன்பாட்டுப் பொருட்கள் போன்றவற்றை வழங்கி வருகிறது.

உந்துசக்தியாகத் தொழில்நுட்பம்

நீங்கள் உங்களுடைய நிறுவனத்தைத் தொழில்நுட்பத்தை அடிப்படையாகக் கொண்டு கட்டமைக்கின்றபோது, அங்குத் தொழில்நுட்பம் உங்களுடைய உந்துசக்தியாகச் செயல்படுகிறது. ஆப்பிள் நிறுவனம் இதற்கான சிறந்த எடுத்துக்காட்டு. ஆப்பிள் நிறுவனம் குளிர்சாதனப் பெட்டிகளைத் தயாரிப்பதில்லை, மளிகைப் பொருட்களை விற்பதில்லை. தொழில்நுட்பரீதியாகச் சந்தையில் போட்டியாளர்களை விஞ்சி நிற்பதற்குத் தனக்குத் தேவைப்படுகின்ற பொருட்களை மட்டுமே அது உற்பத்தி செய்கிறது.

கணினி, மென்பொருள், இணையம் மூலமான சந்தைப்படுத்துதல், தொலைத் தொடர்புச் சாதனங்கள் போன்ற துறைகளில் நீங்கள் எதில் ஈடுபட்டிருந்தாலும் சரி, உங்களுடைய உற்பத்திப் பொருட்கள், உங்களுடைய சந்தை, நீங்கள் உருவாக்கவிருக்கின்ற புதிய பொருட்கள் போன்றவற்றை உங்களுடைய தொழில்நுட்பம்தான் தீர்மானிக்கும்.

உந்துசக்தியாக உற்பத்தி வல்லமை

வாடிக்கையாளர்களுக்கு நீங்கள் வழங்குகின்ற பொருட்கள் மற்றும் சேவைகள், மற்றும் நீங்கள் குறி வைத்துள்ள சந்தை போன்றவற்றை உங்களுடைய உற்பத்தி வல்லமை என்ற உந்துசக்திதான் தீர்மானிக்கும். எடுத்துக்காட்டாக, அதிகமான சந்தைகளில் அதிகமான வாடிக்கையாளர்களுக்கு விற்பதற்காக அதிகமான மற்றும் பல வகைப்பட்ட அறைகலன்களைத் தயாரிப்பதுதான் ஓர் அறைகலன் நிறுவனத்தின் உந்துசக்தியாக இருக்கும்.

ஐக்கியா என்ற நிறுவனம், உற்பத்தி வல்லமையை உந்துசக்தியாகக் கொண்டுள்ள நிறுவனத்திற்கான கச்சிதமான ஓர் எடுத்துக்காட்டாகும். தொடர்ந்து விரிவடைந்து கொண்டிருக்கின்ற அந்தச் சந்தையில் சேர்ந்து கொண்டிருக்கின்ற வாடிக்கையாளர்களுக்கு, அவர்களாகவே எளிதில் பொருத்திக் கொள்ளக்கூடிய விதவிதமான அறைகலன்களை வடிவமைத்துத் தயாரிக்கின்ற வேலையில்தான் ஐக்கியா நிறுவனம் ஈடுபட்டு வருகிறது. அறைகலன்களையும், வாடிக்கையாளர்கள் தாங்களாகவே இணைத்து முழுமையான அறைகலன்களாக ஆக்கிக் கொள்ளக்கூடிய அறைகலன் பாகங்களையும் தயாரிப்பதற்குத் தேவையான இயந்திரங்களும் தொழிற்சாலைகளும் அந்நிறுவனத்திடம் இருக்கின்றன. எந்த அறைகலன்கள் எந்த எண்ணிக்கையில்

தயாரிக்கப்பட வேண்டும் என்பதை அதனுடைய உற்பத்தி வல்லமை தீர்மானிக்கும்.

உந்துசக்தியாக விற்பனைமுறை

உங்களுடைய விற்பனைமுறை உங்கள் நிறுவனத்தின் உந்துசக்தியாக விளங்குகின்றபோது, உங்களுடைய உற்பத்திப் பொருட்களையும் உங்களுடைய அனைத்துத் தொழில் நடவடிக்கைகளையும் தீர்மானிக்கின்ற சக்தியாக அது உருவெடுத்துவிடுகிறது. விற்பனைமுறைகளில், சில்லறை விற்பனை, மொத்த விற்பனை, நேரடி விற்பனை, இணையம் மூலமான விற்பனை, விநியோகிப்பாளர் மூலமான விற்பனை, பிரதிநிதிகள் மூலமான விற்பனை போன்றவை அடங்கும்.

இன்று என்னுடைய நிறுவனம் உட்பட ஆயிரக்கணக்கான நிறுவனங்கள், தரவிறக்கம் செய்து கொள்ளக்கூடிய தங்களுடைய பொருட்களை இணையத்தின் மூலமாக விற்பனை செய்துவிட்டு, இணையத்தின் மூலமாகவே விநியோகிக்கவும் செய்கின்றன. வாடிக்கையாளர்களாக ஆக வாய்ப்புள்ளவர்களை நாங்கள் தொடர்பு கொண்டு, எங்களுடைய அறிவுசார் எண்முறைப் பொருட்களை அவர்களுக்கு வழங்க முயல்வதுதான் இன்று எங்களுடைய விற்பனைமுறையாக இருக்கிறது. இதுதான், பொருள் தயாரிப்பு, விற்பனைக்கான தொழில்நுட்பத் தேவைகள், அலுவலக வசதிகள், ஊழியர் நிர்வாகம், சந்தை, விற்பனை, விலை நிர்ணயம், வாடிக்கையாளர் உறவு போன்ற, எங்களுடைய தொழிலின் அனைத்து அம்சங்களையும் தீர்மானிக்கிறது.

உந்துசக்தியாக விநியோகிப்புமுறை

சில நேரங்களில், நீங்கள் விற்பனை செய்கின்ற பொருளையும் அதை நீங்கள் வழங்குகின்ற முறையையும்

உங்களுடைய விநியோகிப்புமுறை தீர்மானிக்கிறது. எடுத்துக்காட்டாக, அழகு சாதனப் பொருட்களை விற்கின்ற 'ஏவான்' நிறுவனம், தன்னுடைய பொருட்களைப் பற்றிப் பெண்களிடம் தனிப்பட்ட முறையிலோ அல்லது பெண்கள் குழுக்களிடமோ விவரித்து அவற்றை அவர்களிடம் அறிமுகப்படுத்துவதன் மூலமாக விற்பனை செய்கிறது. வாடிக்கையாளர்களை நேருக்கு நேர் சந்திக்கின்ற இந்த விநியோகிப்புமுறை, புதிய பொருட்களின் அறிமுகம், அவற்றின் விலை நிர்ணயம், விற்பனை, நிதிக் கட்டமைப்பு போன்ற அனைத்தையும் தீர்மானிக்கிறது.

உந்துசக்தியாக இயற்கை வளங்கள்

எக்ஸான்மோபில், வேயர்ஹேசர், ஷெல், பிரிட்டிஷ் பெட்ரோலியம் போன்ற நிறுவனங்களுக்கு இயற்கை வளங்களே உந்துசக்தியாக இருக்கின்றன. எண்ணெய், எரிவாயு, நிலக்கரி, மரம், செம்பு, தங்கம், இரும்பு போன்ற இயற்கை வளங்களை பூமியிலிருந்து எடுத்தல், அவற்றைச் சுத்திகரித்தல், விநியோகித்தல், விற்பனை செய்தல் போன்றவை அவற்றில் அடங்கும். இயற்கை வளங்கள் இருக்கின்ற இடங்களும் அந்நிறுவனங்களின் சந்தை இருக்கின்ற இடமும் அந்த நிறுவனங்கள் என்ன செய்கின்றன என்பதைத் தீர்மானிக்கின்றன.

உந்துசக்தியாக அளவு அல்லது வளர்ச்சி

பல நிறுவனங்களுக்கு, வளர்ச்சி மற்றும் இலாபம் தொடர்பான இலக்கு அவர்களுடைய உந்துசக்தியாக இருக்கலாம். பல ஆண்டுகளாக, பெரும் சந்தையைப் பிடித்துப் பெரிதாக வளர வேண்டும் என்பதே டொயோட்டா நிறுவனத்தின் உந்துசக்தியாக இருந்து வந்தது. அதன் சந்தை படிப்படியாக வளர்ந்து ஒரு பிரம்மாண்டமான அளவை எட்டியபோது அதன்

உற்பத்திச் செலவு கணிசமாகக் குறைந்ததால், அதன் இலாபம் நன்றாக அதிகரித்தது.

உந்துசக்தியாக இலாபம்

பல நிறுவனங்கள், குறிப்பாக ஒன்றுக்கு மேற்பட்டப் பொருட்களை உற்பத்தி செய்கின்ற நிறுவனங்கள், இலாபத்தைத் தம்முடைய உந்துசக்தியாக வரித்துள்ளன. அவர்கள் தங்களால் அபாரமான இலாபத்தை ஈட்ட முடிகின்ற சந்தைக்குள் நுழைவர், புதிய நிறுவனங்களைத் துவக்குவர் அல்லது ஏற்கனவே இருக்கின்ற நிறுவனங்களை வாங்குவர்.

'அமெரிக்கன் ஹோம் புராடக்ட்ஸ்' நிறுவனம் பல ஆண்டுகளாக இந்த உத்தியை வெற்றிகரமாகக் கையாண்டு வந்தது. தனிநபர்கள், குடும்பங்கள், நிறுவனங்கள் போன்றவற்றுக்குப் பல்வேறு விதமான பொருட்களை அந்நிறுவனம் விற்பனை செய்து வந்தது. அந்நிறுவனம் ஒரே ஒரு சிறிய உந்துசக்தியைக் கொண்டிருந்தது. அதன் விற்பனைப் பொருட்கள் ஒவ்வொன்றும் 20 சதவீத இலாபத்தை ஈட்டித் தர வேண்டும், அவ்வளவுதான். அப்படி ஒரு பொருளால் அந்த அளவு இலாபத்தை ஈட்டித் தர முடியவில்லை என்றால், அந்தப் பொருளின் தயாரிப்பு நிறுத்தப்பட்டுவிடும்.

உங்களுடைய உந்துசக்தியைத் தீர்மானித்துக் கொள்ளுங்கள்

உங்களுடைய முதன்மையான உந்துசக்தி எது? உங்களுடைய இரண்டாவது உந்துசக்தி எது? இதைத் தேர்ந்தெடுப்பது உங்களுடைய தொழிலின் வருங்காலத்திற்கு மிக முக்கியமானது.

நீங்கள் ஓர் உந்துசக்தியைத் தேர்ந்தெடுப்பது

நீங்கள் உங்களுடைய விற்பனையையும் இலாபத்தையும் உச்சபட்சத்தில் வைத்திருப்பதற்கு இன்றியமையாதது. ஆனால், அதற்காக, வேறு உந்துசக்திகள் இயங்கிக் கொண்டிருக்கவில்லை என்று அர்த்தமில்லை.

அத்தியாயம் பத்து

உத்திசார் திட்டமிடுதலிலுள்ள நான்கு மையக் கொள்கைகள்

காலங்காலமாக, தொழில் உத்தியைத் திட்டமிடுவதில் நான்கு கொள்கைகள் இடம்பெற்று வந்துள்ளன. இந்த நான்கில் ஏதாவது ஒன்றின் வெற்றி அல்லது தோல்வி, ஒட்டுமொத்தத் தொழிலின் விளைவுகள்மீது தாக்கம் ஏற்படுத்தக்கூடும்.

1. நிபுணத்துவம்

இன்றைய உலகில், நாம் சில விஷயங்களில் நிபுணத்துவம் பெற்று அவற்றை மிகச் சிறப்பாகச் செய்வது அவசியமாகியுள்ளது. நிபுணத்துவம் பெறுவதற்கு நீங்கள் தேர்ந்தெடுக்கின்ற பகுதி உங்களுடைய தொழிலின் வருங்காலத்தைத் தீர்மானிக்கும்.

ஒரு பொருள் அல்லது சேவை, வாடிக்கையாளர் பிரிவு அல்லது சந்தைப் பகுதி போன்றவற்றில் நீங்கள் நிபுணத்துவம் பெறலாம். ஒரு பொருள் அல்லது சேவையில் நீங்கள் நிபுணத்துவம் பெறும்போது, அதை விவரிப்பது எளிது. எடுத்துக்காட்டாக, "நீங்கள் எத்தகைய தொழிலில் ஈடுபட்டுள்ளீர்கள்?" என்று உங்களிடம் கேட்கப்படுகின்றபோது, அதற்கு நீங்கள், "ஆயுள் காப்பீடு," என்றோ, "எலும்பியல் அறுவை சிகிச்சை," என்றோ, "கடலுணவு உணவகம்," என்றோ, அல்லது "நிறுவன மென்பொருள் சேவை," என்றோ கூறலாம்.

நீங்கள் நிபுணத்துவம் பெறக்கூடிய மற்றொரு பகுதி, சந்தை. நீங்கள் ஒரு குறிப்பிட்ட வகையான வாடிக்கையாளர்களைக் குறி வைத்து அதில் நிபுணத்துவம் பெறலாம். எடுத்துக்காட்டாக, தொழில்முறைப் பேச்சாளர் என்ற தொழிலை நடத்தி வருகின்றவன் என்ற முறையில், ஒரு பக்கம், நிறுவனங்களின் நிர்வாகிகள் மற்றும் மேலாளர்களுடன் நான் உறவாடுகிறேன். மறுபக்கம், சிறிய மற்றும் நடுத்தரத் தொழில்களின் முதலாளிகளுடன் நான் உறவாடுகிறேன். இதுதான் நான் தேர்ந்தெடுத்துள்ள நிபுணத்துவமாகும்.

நீங்கள் புவியியல்ரீதியாக ஒரு குறிப்பிட்டப் பகுதியில் உங்கள் கவனத்தைக் குவிக்கலாம். ஒரு மளிகைக் கடை, ஒரு குறிப்பிட்டப் பகுதியிலுள்ள வாடிக்கையாளர்களிடம் மட்டும் தன் கவனத்தைக் குவிக்கிறது. மறுபுறம், ஒரு தயாரிப்பாளர், உலகெங்குமுள்ள தன் வாடிக்கையாளர்கள்மீது தன் கவனத்தைக் குவிக்கலாம். ஆனால், எதுவாக இருந்தாலும், நீங்கள் ஏதாவது ஒன்றில் நிபுணத்துவம் பெற வேண்டும், நீங்கள் எதில் நிபுணத்துவம் பெற்றுள்ளீர்கள் என்பது குறித்தத் தெளிவு உங்களுக்கு இருக்க வேண்டும்.

2. தனித்துவம்

சந்தைப்படுத்துதல் என்பதே உங்களுடைய போட்டியாளர்களிடமிருந்து உங்களைத் தனித்துவப்படுத்திக் கொள்வதுதான். அதேபோல, விற்பனையும்கூட உங்கள் போட்டியாளர்களிடமிருந்து உங்களைத் தனித்துவப்படுத்திக் கொள்வதுதான். தம்மைத் தனித்துவப்படுத்திக் கொள்ள வேண்டிய அவசியம் அனைத்துத் தொழில்களுக்கும் இருக்கிறது. உங்களுடைய விற்பனைப் பொருள் அல்லது நீங்கள் வழங்குகின்ற சேவை உங்கள் போட்டியாளர்களிடமிருந்து தனித்துவப்பட்டு இருக்கிறது என்றும், அது ஒரு மேம்பட்டத் தேர்ந்தெடுப்பு என்றும் உங்கள் வாடிக்கையாளர்களை நீங்கள் நம்ப வைக்க வேண்டும்.

“சந்தையியலின் நோக்கமே விற்பனையைத் தேவையில்லாத ஒன்றாக ஆக்குவதுதான்,” என்று பீட்டர் டிரக்கர் ஒரு முறை கூறியுள்ளார். ஆப்பிள் நிறுவனம் இதற்கான ஒரு சிறந்த எடுத்துக்காட்டு. ஆப்பிள் ஒரு புதிய பொருளை அறிமுகப்படுத்தினால், மக்கள் அதை வாங்கிக் கொள்ள முண்டியடிக்கின்றனர். அதை முதலில் வாங்குவதற்காக, முதல் நாள் இரவிலேயே கடை வாசலில் படுத்து உறங்கக்கூட அவர்கள் தயாராக இருக்கின்றனர். விற்பதற்கென்று அந்நிறுவனம் தனிப்பட்ட முயற்சி எதுவும் எடுத்துக் கொள்ளத் தேவையில்லை. ஆப்பிளின் தரம் அந்த அளவுக்கு உன்னதமாக இருப்பதால், அப்புதிய பொருளின் வரவைப் பற்றிய செய்தி ஒன்றே போதும் அப்பொருள் விற்றுத் தள்ளப்படுவதற்கு.

சில நேரங்களில், தனித்துவம், நீங்கள் எதில் உன்னதமாகச் செயல்பட்டுக் கொண்டிருக்கிறீர்களோ அதைக் குறிப்பதாக அமைகிறது. அது ‘போட்டி அனுகூலம்’ என்றும் அழைக்கப்படுகிறது. உங்களுடைய போட்டியாளர்களின் பொருட்களில் எதிலும் இல்லாத ‘ஒரு தனித்துவமான கூடுதல் மதிப்பை’ நீங்கள்

உங்களுடைய வாடிக்கையாளர்களுக்கு அளிக்க வேண்டும் என்று ஹார்வர்டு வணிகப் பள்ளியைச் சேர்ந்த மைக்கேல் போர்ட்டர் கூறுகிறார்.

உங்களுடைய விற்பனைப் பொருளின் போட்டி அனுகூலம் எது? உங்களுடைய போட்டியாளர்களின் பொருட்களோடு ஒப்பிடுகையில் உங்களுடைய பொருள் எந்த விதத்தில் மேம்பட்டதாக விளங்குகிறது? உங்களுடைய வாடிக்கையாளர்கள் உங்களுடைய பொருட்களை வாங்கும்போது, அவர்களுக்கு உங்களுடைய போட்டியாளர்கள் எவரும் அளிக்காத, நீங்கள் மட்டுமே அளிக்கின்ற தனித்துவமான கூடுதல் மதிப்பு எது? இக்கேள்விகளைக் கேட்டு அவற்றுக்கான விடைகளைப் பெறுவது உங்கள் தொழில் உத்தியின் வடிவமைப்பில் ஒரு முக்கியப் பங்கு வகிக்கும்.

3. பிரித்தணுகல்

இன்று இருக்கின்ற அனைத்துச் சந்தைப்படுத்துதலும் பிரித்தணுகலையே மையமாகக் கொண்டிருக்கின்றன என்று பல சந்தையியல் வல்லுநர்கள் கருதுகின்றனர். இது, உங்களுடைய விற்பனைப் பொருளின் சிறப்பம்சத்தை உணர்ந்துள்ள வாடிக்கையாளர்கள் யார் என்பது குறித்தத் தெளிவின் அடிப்படையில் எழுகின்ற ஒன்று.

எட்டாம் அத்தியாயத்தில், “உங்களுடைய கச்சிதமான வாடிக்கையாளர் யார்?” என்ற கேள்வியைக் கேட்டபோது, நான் இந்தப் பிரித்தணுகல் கோட்பாட்டைத்தான் குறிப்பிட்டிருந்தேன். உங்களுடைய நிபுணத்துவத்தை மெச்சுகின்ற, நீங்கள் அளிக்கின்ற தனித்துவமான கூடுதல் மதிப்பைப் பெரிதும் விரும்புகின்ற வாடிக்கையாளர்தான் அவர். உங்களுடைய பொருளுக்கு நீங்கள் நிர்ணயித்துள்ள விலையைப் பொருட்படுத்தாமல் அதை உடனடியாக வாங்கிக் கொள்கின்ற வாடிக்கையாளர்தான்

உங்களுடைய கச்சிதமான வாடிக்கையாளர்.

இப்படிப்பட்டக் கச்சிதமான வாடிக்கையாளர்களை அடையாளம் கண்டு, அவர்கள் உங்களுடைய பொருட்களை விரும்பித் தேர்ந்தெடுப்பதற்குத் தேவையான முயற்சிகளில் எந்தவிதமான கவனச்சிதறல்களும் இல்லாமல் நீங்கள் ஈடுபடுவது ஓர் உத்தியாகும்.

உங்களுடைய தற்போதைய வாடிக்கையாளர்களிடம் நீங்கள் விரும்புகின்ற அளவுக்கு உங்களால் விற்க முடியவில்லையென்றால், உங்களுடைய வாடிக்கையாளர்களை மாற்றுவது மற்றோர் உத்தி. இதற்கு நீங்கள், உங்களுடைய பொருட்களில் இடம்பெற்றுள்ள தனித்தன்மையை மெச்சுகின்ற வாடிக்கையாளர்களை அடையாளம் காண வேண்டும் அல்லது புதிதாக வாடிக்கையாளர்களை உருவாக்க வேண்டும்.

உங்களுடைய கச்சிதமான வாடிக்கையாளர் யார் என்பதை உங்களால் எந்த அளவு தெளிவாக விவரிக்க முடிகிறதோ, அந்த அளவுக்கு, நீங்கள் எந்த வாடிக்கையாளர்களைக் கவரத் திட்டமிட்டுள்ளீர்களோ அவர்களை உங்கள் பக்கம் இழுப்பதற்குத் தேவையான விளம்பரங்கள் மற்றும் பிற பிரபலப்படுத்தும் காரியங்களில் உங்களால் இறங்க முடியும்.

4. கவனக்குவிப்பு

நீங்கள் நிபுணத்துவம் பெற்று, உங்களுடைய பொருளுக்குத் தனித்துவத்தை உருவாக்கி, சந்தையில் பிரித்தணுகுகின்ற உத்தியைக் கையாண்ட பிறகு, உங்களுக்கு அதிகபட்ச இலாபத்தை ஈட்டித் தரக்கூடிய வாடிக்கையாளர்கள்மீது உங்களுடைய வளங்களை 100 சதவீதம் அர்ப்பணியுங்கள்.

நீங்கள் ஒரு சிறந்த பொருளை உற்பத்தி செய்து, உங்களுடைய கச்சிதமான வாடிக்கையாளரை

அடையாளம் கண்ட பிறகு, அந்தச் சந்தையை முழுமையாக ஆக்கிரமித்துக் கொள்வதில் நீங்கள் முழுக் கவனத்தையும் செலுத்த வேண்டும்.

கௌகமேலா போரின்போது அலெக்சாண்டர் தன் படைவீரர்களிடம், "டாரியஸைக் கொல்லுங்கள்! டாரியஸைக் கொல்லுங்கள்! டாரியஸைக் கொல்லுங்கள்!" என்று ஆணையிட்டதை நினைவில் வைத்துக் கொள்ளுங்கள்.

அத்தியாயம் பதினொன்று

சிறப்பாகச் செயல்படுகின்ற விஷயங்களில் கவனம் செலுத்துங்கள்

நாம் இராணுவ உத்திகளைப் பற்றிப் பேசியபோது, தன்னைவிடப் பல மடங்கு பலசாலியாக விளங்குகின்ற எதிரியைத் தோற்கடிப்பதற்காக ஒரு படைத்தளபதி தன்னுடைய மொத்தப் படையையும் ஒரே நேரத்தில் ஓரிடத்தில் குவிக்கின்ற போர்முறையைப் பற்றி நாம் பார்த்தோம், இல்லையா? தொழிலில் அதையே நீங்களும் பின்பற்றலாம்.

வாரன் பஃபே, பில் கேட்ஸ், பில் கேட்ஸின் தந்தை ஆகிய மூவரும் ஒரு முறை ஒரு விருந்திற்குச் சென்றிருந்தனர். அங்கு அவர்கள் ஒன்றாகச் சேர்ந்து உணவருந்திக் கொண்டிருந்தபோது, அந்த விருந்துக்கு

வந்திருந்த மற்றொரு விருந்தாளி, அவர்களிடம் வந்து இக்கேள்வியைக் கேட்டார்: "இந்த உலகிலேயே மிகவும் வெற்றிகரமாக விளங்கும் நபர்களில் நீங்கள் மூவரும் இருக்கிறீர்கள். இன்று வெற்றிக்குத் தேவைப்படுகின்ற முக்கியமான குணாம்சம் என்று நீங்கள் எதைக் குறிப்பிடுவீர்கள்?"

அந்த மூவரும் தங்களுடைய உரையாடலை நிறுத்திவிட்டு அந்த நபரை நோக்கித் திரும்பி, ஒருமித்தக் குரலில், "கவனக்குவிப்பு!" என்று பதிலளித்தனர்.

எந்நேரமும் தொடர்ந்து அனைவரையும் கவனச்சிதறலுக்கு ஆட்படுத்திக் கொண்டிருக்கின்ற இந்த உலகில், ஒரு நேரத்தில் ஒரே ஒரு காரியத்தில் எந்தவிதமான கவனச்சிதறலுமின்றித் தங்களுடைய முழுக் கவனத்தையும் குவிக்கின்ற திறன்தான் வெற்றிக்கு அத்தியாவசியமானது என்பதுதான் அவர்களுடைய பதிலில் மேலோங்கி இருந்தது. கவனக்குவிப்பே முதன்மையானது.

80/20 விதி

நாம் கவனக்குவிப்பைப் பற்றிப் பேசுகின்றபோது, 80/20 விதியைப் பற்றி மீண்டும் நினைவுகூர வேண்டியுள்ளது. நீங்கள் செய்கின்ற 20 சதவீத வேலைகளே உங்களுக்கு 80 சதவீத விளைவுகளைப் பெற்றுத் தருகின்றன என்று இந்த விதி கூறுகிறது. 1895 இல் வில்ஃபிரடோ பரேட்டோ என்பவர் உருவாக்கிய இந்த விதி, அவருடைய பெயரால் 'பரேட்டோ விதி' என்றும் அழைக்கப்படுகிறது. இவ்வளவு காலம் கடந்த பிறகு இன்றும் அந்த விதி உண்மையாகவே இருந்து கொண்டிருக்கிறது.

உங்களால் அனைத்தையும் செய்ய முடியாது என்பதால், உங்களுடைய தொழிலின் நிதிரீதியான வெற்றிக்கு அடிகோலுகின்ற, உங்களால் சிறப்பாகச் செய்ய முடிகின்ற ஒரு சில விஷயங்கள்மீது மட்டும்

கவனத்தைக் குவிப்பதுதான் நீங்கள் செய்யக்கூடிய செம்மையான காரியமாக இருக்க முடியும். சந்தையில் ஆதிக்கம் செலுத்துவதற்கு உங்களுடைய வலிமைகளை முழுமையாகப் பயன்படுத்திக் கொள்கின்ற விஷயங்களில் நீங்கள் உங்களுடைய கவனத்தைக் குவிக்க வேண்டும்.

அடிப்படைச் சந்தையில் கவனக்குவிப்பு

கிரிஸ் ஸுக்கும் ஜேம்ஸ் ஆலனும் சேர்ந்து எழுதியுள்ள 'பிராஃபிட் ஃபிரம் த கோர்' என்ற நூலில், வெற்றிகரமாக விளங்குகின்ற நிறுவனங்கள், முதலில் மிகவும் இலாபகரமாக விளங்குகின்ற தங்களுடைய அடிப்படைச் சந்தையில் ஆதிக்கம் செலுத்திவிட்டுப் பின்னர் தங்களுக்கு நன்றாகத் தெரிந்த சந்தையை நோக்கித் தங்களுடைய தொழிலை விரிவு செய்கின்றன என்று தெரிவிக்கின்றனர்.

அதாவது, பரேட்டோ விதி வேலை செய்கிறது என்பதைத்தான் அந்த நூலாசிரியர்கள் வலியுறுத்துகின்றனர். உங்களுடைய இலாபத்தில் 80 சதவீதம், நீங்கள் சிறப்பாக விற்றுக் கொண்டிருக்கின்ற 20 சதவீதப் பொருட்களிலிருந்துதான் வருகிறது. அதனால், நீங்கள் உங்களுடைய தொழிலை உன்னிப்பாக அவதானித்து, "என்னுடைய அனைத்து நடவடிக்கைகளில், 80 சதவீத விளைவுகளைப் பெற்றுத் தருகின்ற என்னுடைய 20 சதவீத நடவடிக்கைகள் எவை?" என்ற கேள்வியை உங்களிடம் கேட்டுக் கொள்ள வேண்டும்.

உங்களுக்கு அதிக அளவு இலாபத்தைப் பெற்றுத் தருகின்ற பொருட்கள் எவை? வருங்காலத்தில் அவற்றின் நிலை எப்படி இருக்கும்? இன்று உங்களுடைய வாடிக்கையாளர்களில் முக்கியமாகத் திகழ்பவர்கள் யார்? வருங்காலத்தில் யார் உங்களுடைய சிறந்த வாடிக்கையாளர்களாக இருப்பர்? அவர்களை நீங்கள் எப்படிக் கவர்ந்திழுக்கப் போகிறீர்கள்?

இன்று தொழில்களில் இருக்கின்ற மிகப் பெரிய பலவீனம் கவனச்சிதறல்தான். 'த பவர் ஆஃப் சிம்ப்ளிசிட்டி' என்ற தன்னுடைய நூலில் ஜாக் டிரவுட் இவ்வாறு கூறியுள்ளார்: "தொழில்களில் இன்று நிலவுகின்ற முக்கியமான பிரச்சனை, நிறுவனங்கள் தம்முடைய பல்வேறு விற்பனைப் பொருட்களை அல்லது சேவைகளை அதிக எண்ணிக்கையில் பல்வேறுபட்டச் சந்தைகளில், பல விதமான வாடிக்கையாளர்களுக்கு, பல்வேறு விலைகளில் விற்றுக் கொண்டிருப்பதுதான்."

1996 இல் ஸ்டீவ் ஜாப்ஸ் ஆப்பிள் நிறுவனத்திற்கு மீண்டும் திரும்பி வந்தபோது, அந்த நிறுவனம் 104 வெவ்வேறு பொருட்களை விற்றுக் கொண்டிருந்தது. அதோடு, அது கடும் நிதி நெருக்கடியில் சிக்கித் தவித்துக் கொண்டிருந்தது. அடுத்த 90 நாட்களை ஓட்டுவதற்குத் தேவையான பணம் மட்டுமே அந்நிறுவனத்திடம் இருந்தது. அப்போது ஸ்டீவ் ஜாப்ஸ் செய்த முதல் காரியம், அந்நிறுவனம் தயாரித்துக் கொண்டிருந்த 104 பொருட்களில் 100 பொருட்களை, எவ்வளவு விரைவாக முடியுமோ அவ்வளவு விரைவாக விலக்கிக் கொள்ளப் போவதாக அறிவித்ததுதான். அப்படிச் செய்ததன் மூலம், அவர் ஆப்பிள் நிறுவனத்தின் நிதி வளத்தையும் மனித வளத்தையும் சிக்கலிலிருந்து விடுவித்துவிட்டு, தன் மனத்தில் வைத்திருந்த அடுத்த 'மிகப் பெரிய திட்டத்தில்' தன் மொத்தக் கவனத்தையும் குவித்தார். 'ஐபேடு' சாதனம்தான் அந்த மிகப் பெரிய திட்டம்.

அதைத் தொடர்ந்து ஒரு புதிய வரலாறு படைக்கப்பட்டது. ஒரு சில ஆண்டுகளுக்குள், ஆப்பிள் நிறுவனம், உலகிலேயே மிகவும் மதிப்பு வாய்ந்த நிறுவனமாக உயர்ந்தது.

மாபெரும் வாய்ப்புகளையும் அதிக இலாபத்தையும் ஈட்டித் தரக்கூடிய விஷயங்களில் கவனத்தைக் குவிப்பது எப்போதுமே உங்களுடைய தொழிலின் நிதிரீதியான வெற்றிக்கு இட்டுச் செல்லும்.

தனித்துவமான வல்லமை

நீங்கள் சிறப்பாகச் செய்கின்ற ஒரு விஷயத்தில் உங்களுடைய கவனத்தைக் குவிப்பதுடன் தனித்துவமான வல்லமையும் சேர்ந்து கொள்கின்றபோது, உங்களுக்குப் புதிய போட்டி அனுகூலம் கிடைக்கிறது என்று கெல்லாக் நிர்வாகப் பள்ளி நடத்திய ஓர் ஆய்வு தெரிவிக்கிறது.

கடந்தகாலங்களில் மாபெரும் குழுமங்கள்தாம் சந்தையில் கோலோச்சிக் கொண்டிருந்தன. அவை, ‘பிரம்மாண்டமாய் வளர்தல், பெரும் சக்தியைக் கைவசப்படுத்துதல்’ என்ற உத்தியைக் கடைபிடித்து வந்தன. அவை ஏராளமான சொத்துகளைக் குவித்துப் பெரிதாக வளர்ந்தன. பின் அந்தச் சொத்துகளைப் பயன்படுத்தி, தம்முடைய செயல்பாட்டுக்குள் இருந்தவற்றில் ஒரு குறுகிய காலத்தில் இலாபம் ஈட்டக்கூடிய பகுதிகள்மீது கவனம் செலுத்தி அவை மேலும் பெரிதாக வளர்ந்தன.

கெல்லாக் நிர்வாகப் பள்ளியின் ஆய்வு மேலும் இவ்வாறு தெரிவிக்கிறது: “இன்றுள்ள பெருநிறுவனங்கள் அந்த உத்தியைப் பயன்படுத்தித் தம்முடைய அதிகாரத்தை வளர்த்துக் கொள்வதில்லை; மாறாக, அவற்றால் எதைச் சிறப்பாகச் செய்ய முடிகிறதோ, அந்தத் தனித்துவமான வல்லமையின் மூலம் உருவாக்கப்படுகின்ற மதிப்பை அவை உணர்ந்துள்ளன.”

அமேசான் மூன்று விஷயங்களைச் சிறப்பாகச் செய்கிறது: உலகத் தரம் வாய்ந்த தகவல் தொழில்நுட்பம், மிகச் சிறப்பாகச் செயல்படுகின்ற பொருள் விநியோகமுறை, தன்னியக்கமாக்கப்பட்ட வாடிக்கையாளர் பரிந்துரை அமைப்பு ஆகியவையே அந்த மூன்றும். இந்த மூன்று தனித்துவமான வல்லமை எனும் தூண்களின்மீதுதான் அமேசான் சாம்ராஜ்ஜியம் கட்டியெழுப்பப்பட்டுள்ளது.

ஆப்பிள் நிறுவனமும் இதேபோன்ற மூன்று

விஷயங்களைச் சிறப்பாகச் செய்து வருகிறது: வாடிக்கையாளர்களின் தேவை என்ன என்பது குறித்த முன்னோக்கு, வாடிக்கையாளர்கள் பயன்படுத்துவதற்கு வசதியாக இருக்கின்ற வடிவமைப்பு, மற்றும் தொழில்நுட்ப ஒருங்கிணைப்பு. தொழில்நுட்ப ஒருங்கிணைப்பு என்பது நீங்கள் தயாரிக்கின்ற பல்வேறு பொருட்கள் ஒன்றோடொன்று இணைந்து செயல்படுகின்ற திறனைக் கொண்டிருத்தலாகும். எடுத்துக்காட்டாக, உங்களுடைய ஐபோனுக்கு உங்களுடைய கணினியோடு தொடர்பு கொள்வதற்கு இருக்கின்ற திறன். நாம் அலைபேசிகளை எப்படிப் பயன்படுத்துகிறோம், இசையை நாம் எப்படிக் கேட்கிறோம் என்பதில் மாபெரும் புரட்சியை ஏற்படுத்துவதற்கு, அந்த மூன்றே மூன்று விஷயங்கள் ஆப்பிள் நிறுவனத்திற்குப் போதுமானவையாக இருந்தன.

இன்றைய சந்தையில் பெரும் வெற்றி பெறுவதற்கு நீங்கள் உங்களுடைய நேரம், பணம், மற்றும் பிற வளங்களை எதில் குவிக்க வேண்டும்? உங்களுடைய பதில் எதுவாக இருந்தாலும், தாமதிக்க மட்டும் செய்துவிடாதீர்கள். இப்போதே அதைச் செய்யுங்கள். வின்ஸ்டன் சர்ச்சில் கூறியதைப்போல, “உங்களுக்கு வெற்றி வாய்ப்பு இருக்கின்ற நேரத்தில் நீங்கள் செயலில் இறங்காவிட்டால், உங்களுக்கு எந்த வாய்ப்பும் இல்லாத சமயத்தில் நீங்கள் செயலில் இறங்க நேரிடும்.”

அத்தியாயம் பன்னிரண்டு

அருகாமை நகர்வுகள்

நீங்கள் எதைச் சிறப்பாகச் செய்கிறீர்களோ அதிலும், உங்களுடைய அடிப்படை வல்லமையின் அடிப்படையில் அமைந்துள்ள ஒரு சில அடிப்படைத் தொழில்களிலும் கவனம் செலுத்துவதே சிறந்த உத்தியாக இருக்க முடியும். உங்களுடைய நிறுவனத்தை வளர்த்தெடுப்பதற்கு நீங்கள் உங்களுடைய அடிப்படைத் தொழில்களைத் தாண்டி அதை விரிவாக்கம் செய்ய வேண்டும். ஆனால், பெரும்பாலான நிறுவனங்கள் தம்முடைய அடிப்படைத் தொழிலிலிருந்து வெகுதூரம் விலகியிருக்கின்ற தொழில்களுக்குள் குதிக்கின்ற தவற்றைச் செய்கின்றன. அதற்கான அனுபவமோ அல்லது வல்லமையோ அவர்களிடம் இருக்காது.

கிறிஸ் ஸூக் தன்னுடைய முதல் புத்தகத்தின் தொடர்ச்சியாக எழுதிய 'பியான்ட் த கோர்' என்ற நூலில், 'அருகாமை விரிவாக்கம்' என்ற ஒன்றைப்

பற்றிக் குறிப்பிடுகிறார். நிறுவனங்கள் முதலில் தம்முடைய அடிப்படைத் தொழில்களுக்கு அருகிலுள்ள பகுதிகளுக்கு விரிவாக்கம் செய்வதன் மூலம் தம்முடைய தொழிலை விரிவுபடுத்துவதே அது.

மூன்று முக்கிய அம்சங்கள்

'நைக்கி' காலணி நிறுவனம், விளையாட்டு ஆடைகள் துறைக்குள் நுழைந்தது. வால்மார்ட் நிறுவனம், தள்ளுபடிகளுடன்கூடிய 'சாம்ஸ் கிளப்' என்ற பிரம்மாண்டமான கடைகளைத் திறந்தது. அமெரிக்கன் ஏர்லைன்ஸ், 'சாப்ரே' என்ற விமானப் பயணச்சீட்டு முன்பதிவு முறையை அறிமுகப்படுத்தியது. 'ரென்ட்-எ-கார்' நிறுவனம், கார் விற்பனைக்குள் அடியெடுத்து வைத்தது. இவை அனைத்தும், நிறுவனங்கள் தம்முடைய அடிப்படைத் தொழிலுக்கு அருகாமைத் தொழிலுக்குள் அடியெடுத்து வைத்திருந்ததற்கான எடுத்துக்காட்டுகளாகும்.

அதற்காக, அனைத்து அருகாமை நகர்வுகளும் வெற்றி பெற்றுவிடும் என்று அர்த்தமில்லை. எடுத்துக்காட்டாக, 'கேமார்ட்' நிறுவனம், சில்லறை விற்பனைக் கடைகளிலிருந்து, புத்தக விற்பனை மற்றும் விளையாட்டுப் பொருட்கள் விற்பனைக்குள் அடியெடுத்து வைத்தது. ஆனால், அவற்றில் அதனால் வெற்றி பெற முடியவில்லை.

அருகாமை நகர்வுகள் வெற்றி பெறுவதற்கு அவை மூன்று முக்கிய அம்சங்களைக் கொண்டிருக்க வேண்டும் என்று கிறிஸ் ஸுக் தெரிவிக்கிறார்:

1. அவை ஒரு வலுவான அடிப்படைத் தொழிலை அடித்தளமாகக் கொண்டிருக்க வேண்டும்.
2. பிரதியெடுக்கத்தக்க குணாம்சங்கள் அவற்றில் இடம்பெற்றிருக்க வேண்டும்.

3. அவை வலுவான வாடிக்கையாளர்களை உள்ளடக்கியிருக்க வேண்டும்.

இந்த மூன்று அருகாமை நகர்வு அம்சங்களில் மிகவும் முக்கியமானது பிரதியெடுக்கத்தக்க குணாம்சம். எடுத்துக்காட்டாக, நைக்கி நிறுவனம் முதலில் ஒரு விளையாட்டுக்குள் அடியெடுத்து வைத்தது. பின் அதே சூத்திரத்தைப் பயன்படுத்தி அது அடுத்த விளையாட்டுக்குள் நுழைந்தது. இப்படி அதன் விரிவாக்க நகர்வுகள் அமைந்திருந்தன. பெரும்பாலான அருகாமை நகர்வுகள், வாடிக்கையாளர்களின் மனப்போக்கை அடிப்படையாக வைத்து உருவாக்கப்பட்ட உள்நோக்குகள்மீது கட்டியெழுப்பப்பட்டன. வாடிக்கையாளர்களின் மனப்போக்கு குறித்து அவர்கள் அறிந்திருந்த விஷயங்களை வைத்து அவர்கள் அதே போன்ற வேறு பொருளுக்குள் நுழைந்தனர் அல்லது அந்த வாடிக்கையாளர்கள் விரும்பிய வேறு துறைக்குள் அடியெடுத்து வைத்தனர். வாடிக்கையாளர்களின் வாங்குதிறன், வாழ்க்கைமுறையை ஒட்டி அமைகின்ற வாங்குதல்கள், ஒரே கடையில் பல பொருட்களை வாங்க முன்வருகின்ற வாடிக்கையாளர் மனநிலை போன்றவை அந்த உள்நோக்குகளில் அடங்கும். ஒரு பொருளை வாங்க வருகின்ற வாடிக்கையாளர் அதே கடையில் விற்கப்படுகின்ற வேறொரு பொருளை வாங்க முன்வருகின்ற போக்கை நிறுவனங்கள் தமக்குச் சாதகமாகப் பயன்படுத்திக் கொள்வது நல்ல வெற்றியைத் தரும். உங்களுடைய ஒரு பொருளை வாங்கத் தயாராக இருக்கின்ற ஒருவர் ஏன் உங்களுடைய மற்றொரு பொருளை வாங்கத் துணிய மாட்டார்?

இலாபமடைவதற்கான வாய்ப்பு

உங்களுடைய வாடிக்கையாளர்களை நீங்கள் புதிதாக நகர்ந்துள்ள பகுதிக்கு நீங்கள்

இழுத்து வருகின்றபோது, அந்தப் பகுதியில் இலாபமடைவதற்கான வாய்ப்புகள் பிரகாசமாக இருக்கும்படி பார்த்துக் கொள்வது முக்கியமானது என்று கிறிஸ் ஸுக் கூறுகிறார். பொருட்களை விற்பதில் கவனத்தைக் குவித்திருந்த ஐபிஎம் நிறுவனம், ஐபிஎம் குளோபல் சர்வீசஸ் என்ற நிறுவனத்தைத் தொடங்கி சேவைத் துறைக்குள் நுழைந்தபோது, கணினி வன்பொருள் விற்பனையிலிருந்து கிடைப்பதைவிடத் தகவல் தொழில்நுட்பச் சேவைகளிலிருந்து கிடைக்கின்ற இலாபம் பல மடங்கு அதிகம் என்பதை உணர்ந்தது. இப்படி இலாபம் அடைவதற்கான வாய்ப்புள்ள வேறு பகுதிகளை உங்களால் அடையாளம் காண முடியுமா? அவை உங்களுடைய அடிப்படைத் தொழிலுக்கு நெருக்கமானவையாக இருக்கின்றனவா?

வெளியிலிருந்து பார்க்கின்றபோது இலாபகரமாகத் தோன்றுகின்ற தொழில்களில் வெற்றி பெறுவது பல நேரங்களில் கடினமாக இருக்கக்கூடும். அதனால், அப்படிப்பட்டத் தொழில்களுக்குள் அடியெடுத்து வைக்கின்ற தவற்றைச் செய்துவிடாதீர்கள். அருகாமை நகர்வுக்குள் இறங்குவதற்கு முன்பாக, கீழ்க்கண்ட கேள்விகளை உங்களிடம் கேளுங்கள்:

- ஒரு பெரிய சந்தையை அதிக இலாபம் ஈட்டுகின்ற ஒன்றாக நீங்கள் தவறாக எடைபோடுகிறீர்களா?
- இலாபம் ஈட்டக்கூடிய விரிவாக்கம் என்று நீங்கள் கருதுகின்ற சந்தையில் ஏற்கனவே கோலோச்சிக் கொண்டிருக்கின்ற நிறுவனங்களின் பலத்தை நீங்கள் குறைத்து மதிப்பிடுகிறீர்களா?
- அந்தச் சந்தையில் வெற்றி பெறத் தேவையான அடிப்படை அம்சத்தை நீங்கள் புரிந்து வைத்துள்ளீர்களா?
- நீங்கள் குறி வைத்துள்ள துறையில்

> எதிர்காலத்தில் போட்டி எந்த அளவுக்கு இருக்கும் என்பதை நீங்கள் அறிந்துள்ளீர்களா?

பொதுவாக, விரைவாகச் செயல்படுதல் முக்கியம் என்றாலும், 'எடுத்தோம் கவிழ்த்தோம்' என்ற ரீதியில் செயல்படுகின்ற அவசரக்குடுக்கைத்தனம் தோல்விக்கு வழிவகுத்துவிடும். அதனால், அதைப் பற்றி நன்றாக அலசுங்கள். வலுவான தரவுகளால் முட்டுக்கொடுக்கப்பட முடியாத ஊகங்களில் இறங்காதீர்கள். தடைகளைக் குறைத்து மதிப்பிடாதீர்கள்.

அத்தியாயம் பதினொன்று

உபதொழில்களின் மூடல்களுக்கான உத்தியை வகுத்துக் கொள்ளுங்கள்

நீங்கள் எதில் சிறப்பாகச் செயல்பட்டுக் கொண்டிருக்கிறீர்களோ, அதில் நீங்கள் உங்களுடைய நேரத்தையும் முயற்சியையும் குவிக்கின்றபோதுதான் ஓர் உத்தி வெற்றி பெறும். தொழில் உத்தியை வகுத்தல் என்பது, நீங்கள் எதைப் புதிதாகத் தொடங்க வேண்டும் என்பதை மட்டும் உள்ளடக்கியது அல்ல. நீங்கள் செய்து கொண்டிருப்பதில் எதை நீங்கள் நிறுத்த வேண்டும் என்பதையும் பற்றியது அது.

நீங்கள் புதிதாக எதையாவது தொடங்க வேண்டுமென்றால், நீங்கள் ஏற்கனவே செய்து கொண்டிருக்கின்ற பழைய காரியம் ஒன்றை

நிறுத்தியாக வேண்டும் என்பதை நீங்கள் நினைவில் வைத்திருக்க வேண்டும். உங்களுடைய வள ஆதாரத்தை நீங்கள் கிட்டடத்தட்ட முழுமையாகப் பயன்படுத்திக் கொண்டிருக்கலாம். அதனால், வருங்காலத்தில் நீங்கள் புதிதாக ஒன்றைச் செய்ய விரும்பினால், இன்று நீங்கள் செய்து கொண்டிருக்கின்ற சில விஷயங்களை நிறுத்துவதன் மூலம் உங்களால் உங்களுடைய வளத்தை விடுவித்துக் கொள்ள முடியும்.

உபதொழில்களில் சிலவற்றை இழுத்து மூடுதல் என்பது, நாளைய தினத்திற்குள் நுழைவதற்கு முன் நேற்றைய தினத்தை உதறித் தள்ளுவதாகும். நீங்கள் எதைக் குறைத்துக் கொள்ளப் போகிறீர்கள், எதை விலக்கிக் கொள்ளப் போகிறீர்கள், எதிலிருந்து விடுபடப் போகிறீர்கள், எதை ஒட்டுமொத்தமாக ஒழித்துக்கட்டப் போகிறீர்கள்? பழைய விஷயம் ஒன்றை ஒழித்துக்கட்டாமல் புதிய விஷயம் ஒன்றுக்குள் ஒருபோதும் அடியெடுத்து வைக்கக்கூடாது என்பது தொழில் உத்தி வகுத்தலின் அடிப்படைப் பாடமாகும். பழைய பகுதி ஒன்றிலுள்ள உங்களுடைய உபதொழில் ஒன்றைப் புறந்தள்ளுவதற்கு முன்பாக ஒருபோதும் ஒரு புதிய பகுதிக்குள் அடியெடுத்து வைக்காதீர்கள்.

நீங்கள் எதைக் குறைத்துக் கொள்ள வேண்டும், எதை விலக்கிக் கொள்ள வேண்டும், எதை ஒழித்துக்கட்ட வேண்டும்?

உங்களுடைய முக்கியமான பலவீனங்கள் எவை? உங்களுடைய தொழிலின் சில பகுதிகளில் நீங்கள் ஈடுபட்டிருந்தாலும், அச்சந்தையில் நீங்கள் முன்னணியில் இல்லாமல் இருக்கலாம். அந்தச் சந்தைகளில் நீங்கள் ஆதிக்கம் செலுத்துவதற்கு நீங்கள் மிக உயர்ந்த விலையைக் கொடுக்க வேண்டியிருக்கும். அல்லது, உங்களுடைய போட்டியாளர் உங்களைவிட

மேம்பட்டத் தரத்திலுள்ள பொருட்களைக் கொண்டு அச்சந்தையில் அசைக்கப்பட முடியாத ஓர் இடத்தில் கொலுவீற்றிருக்கக்கூடும்.

உங்களால் அரியணையில் அமர முடியாத சந்தைகளையும், பெரிய அளவுக்கு இலாபம் ஈட்டித் தராத உங்களுடைய பொருட்களில் சிலவற்றையும் கைகழுவுவதற்கான துணிச்சல் உங்களிடம் இருக்க வேண்டும். "உங்களிடம் போட்டி அனுகூலம் இல்லையென்றால், போட்டியில் குதிக்காதீர்கள்," என்ற ஜாக் வெல்ச்சின் பிரபலமான கூற்று இங்கு நினைவுகூரத்தக்கது.

ஜாக் வெல்ச் ஜெனரல் எலெக்ட்ரிக் நிறுவனத்திற்கு வகுத்திருந்த புரட்சிகரமான தொழில் உத்தி இதுதான்: "நாங்கள் கால் பதிக்கின்ற ஒவ்வொரு சந்தையிலும் நாங்கள் முதல் நிலையில் அல்லது இரண்டாவது நிலையில் இருப்போம். அப்படி இல்லாத சந்தைகளைவிட்டு நாங்கள் முழுமையாக விலகிக் கொண்டு, எந்தச் சந்தையில் எங்களால் முதல் அல்லது இரண்டாவது இடத்தில் இருக்க முடியுமோ அந்தச் சந்தையில் எங்களுடைய கவனத்தைக் குவிப்போம்."

எந்தவொரு பகுதியிலும் உங்களுடைய பலங்களை அறிந்து வைத்திருப்பதும், உங்களுடைய பலவீனங்களை ஒப்புக் கொள்வதும் முன்னேறுவதற்கு உதவிகரமாக இருக்கும். உங்களால் வெற்றியடைய முடியாத சந்தையிலிருந்து வெளியேறிவிட நீங்கள் எடுக்கின்ற முடிவு, தொழில் உத்தி தொடர்பாக நீங்கள் மேற்கொள்கின்ற மிகவும் அறிவார்ந்த செயலாக இருக்கும்.

விலக்கி வைக்கப்பட வேண்டிய மாற்றுகள்

ஒரு விஷயத்தைச் செய்வது என்பது, அதே நேரத்தில் நீங்கள் செய்யக்கூடிய பல விஷயங்களைச் செய்யாமல் இருப்பதாகும்.

நீங்கள் ஒரு விஷயத்தைச் செய்யத் தீர்மானிக்கின்றபோது, நீங்கள் பல விஷயங்களைச் செய்ய வேண்டாம் என்றும் தீர்மானிக்கிறீர்கள் என்பது அதன் அர்த்தம். எதில் பெரும் வெற்றி சாத்தியமோ அதில் உங்களுடைய ஆற்றல் முழுவதையும் குவிப்பதற்கு, சில விஷயங்களைச் செய்யாமல் இருக்கத் தீர்மானிப்பது அவசியம் தேவைப்படும்.

நிர்வாகச் செருக்கு

சில நேரங்களில் தொழில்கள் தோல்வியடைவதற்கு நிர்வாகச் செருக்கும் ஒரு காரணமாக அமைந்துவிடுகிறது. ஒரு நிறுவனத்தில் தீர்மானங்களை எடுக்கின்ற நிலையில் உள்ளவர், சரியாக வேலை செய்யாத ஒரு நடவடிக்கையை மேற்கொள்வது, ஒரு வேலைக்குப் பொருத்தமற்ற நபரைத் தேர்ந்தெடுத்து அவரிடம் தொடர்ந்து பொறுப்புகளை ஒப்படைப்பது, போணியாகாத ஒரு பொருளைத் தொடர்ந்து விற்க முயல்வது போன்றவற்றில் தன் செருக்கை நுழைக்கின்றபோது இது நிகழ்கிறது.

நிறுவனங்கள் நிர்வாகச் செருக்கின் காரணமாகச் சில தீர்மானங்களை மேற்கொள்கின்றபோது, அவர்கள் தங்களுடைய மிகச் சிறந்த விற்பனையாளர்கள், சந்தை விற்பன்னர்கள் போன்றோரை, வெற்றி பெறுவதற்கு வாய்ப்பில்லாத பொருட்களை விற்பதற்கு வற்புறுத்துவர். அல்லது, அதில் விளம்பரத்திற்கு ஒதுக்கப்பட்டுள்ள பணத்தின் பெரும்பகுதியை இதுபோன்ற பொருட்களின் விளம்பரத்திற்காக அவர்கள் செலவிடுவர். இதன் காரணமாக, நிறுவனத்தின் அனைத்து வளங்களும் வீணாக்கப்படுகின்றன.

“குதிரை செத்துவிட்டால், அதிலிருந்து இறங்கிவிட வேண்டும்,” என்ற முதுமொழியை நீங்கள் அறிந்திருப்பீர்கள்.

நீங்கள் ஒரு குழியில் மாட்டிக் கொண்டால், அதை

மேலும் தோண்டுவதை நீங்கள் நிறுத்த வேண்டும். தோல்வி மற்றும் விரக்திக் குழிகளை மேன்மேலும் தோண்டுவதன் மூலம் உங்களால் தீர்வு எதையும் காண முடியாது. குழியை வேறோர் இடத்தில் தோண்ட வேண்டும். அதாவது, வித்தியாசமான நடவடிக்கைகளில் இறங்க வேண்டும்.

அத்தியாயம் பதினான்கு

பூஜ்ஜிய அடிப்படையிலான சிந்தனை

தொழில் உத்தி வடிவமைப்பில் நீங்கள் பயன்படுத்தக்கூடிய மிகவும் ஆற்றல்வாய்ந்த கருவிகளில் 'பூஜ்ஜிய அடிப்படையிலான சிந்தனையும்' ஒன்று. இது கணக்கியல் துறையில் நடைமுறையில் இருக்கின்ற ஒன்று. ஒரு நிதியாண்டின் இறுதியில், ஒவ்வொரு செலவீனத்தையும் அவதானித்து, இதில் எவ்வளவு கூடுதலாக அல்லது குறைவாகச் செலவிட்டிருக்கலாம் என்று சிந்திப்பதற்குப் பதிலாக, இதில் பணத்தைச் செலவிட்டிருக்க வேண்டுமா என்று சிந்திப்பதே பூஜ்ஜிய அடிப்படையிலான சிந்தனையாகும்.

தொழில் உத்தியிலும் அதே பூஜ்ஜிய அடிப்படையிலான சிந்தனையைக் கடைபிடிக்க முடியும். உங்களுடைய தொழிலின் ஒவ்வொரு பகுதியையும் கவனமாகப் பார்த்து, "இதில் ஈடுபடத்

தொடங்கியபோது, நிலைமை இன்று இருப்பதுபோல இருக்கும் என்பது எனக்குத் தெரியாது. ஆனால், இப்போது எனக்கு அது தெரியும் என்பதால், இதில் நான் மீண்டும் ஈடுபடுவேனா?" என்று உங்களை நீங்கள் கேட்டுக் கொள்ள வேண்டும்.

நெருக்கடியான காலகட்டங்களிலும், மாற்றங்கள் வேகமாக நிகழ்ந்து கொண்டிருக்கின்ற சூழல்களிலும் நீங்கள் கண்டிப்பாக இதுபோன்ற நிலையை எதிர்கொண்டிருந்திருப்பீர்கள். இன்னும் சொல்லப் போனால், பல முறை அதை நீங்கள் எதிர்கொண்டிருப்பீர்கள். நீங்கள் ஏற்கனவே செய்திருந்த காரியங்களை இப்போது மீண்டும் செய்ய வேண்டுமென்றால், நீங்கள் அவற்றில் பலவற்றை மீண்டும் தொடங்க மாட்டீர்கள்.

சௌகரிய வட்டம் குறித்து எச்சரிக்கையாக இருங்கள்

வெற்றியின் மிக மோசமான எதிரிகளில் சௌகரிய வட்டம் முக்கியமானது. மக்கள் சில விஷயங்களை, சில குறிப்பிட்ட விதங்களில் செய்து பழக்கப்பட்டிருப்பர் என்பதால், அவற்றில் மாற்றங்கள் செய்யப்படுவதை அவர்கள் கடுமையாக எதிர்ப்பர். மாற்றத்திற்கு எதிரான இதுபோன்ற பிடிவாதப் போக்கின் காரணமாக, மக்கள், தாங்கள் செய்து கொண்டிருக்கின்ற செயல் தவறானது என்று தெரிந்தும் அதை நிறுத்துவதற்குப் பதிலாக அதைத் தொடர்ந்து செய்வர்.

வருங்காலத்தை உருவாக்குவது என்பது பல நேரங்களில் கடந்தகாலத்தைக் கைவிடுவதாகும். ஒரு விஷயத்திற்குள் முதன்முறையாக நுழைவதற்கு, நீங்கள் ஏற்கனவே செய்து கொண்டிருக்கின்ற ஏதாவது ஒன்றை அல்லது சிலவற்றை நீங்கள் காவு கொடுக்க வேண்டியிருக்கும். பூஜ்ஜிய அடிப்படையிலான சிந்தனை அதற்கு உதவும்.

முக்கியமான கேள்விகளைக் கேளுங்கள்

தொழில் உத்தியை வடிவமைக்க உதவுகின்ற கருத்தரங்குகளை நான் நிறுவனங்களுக்காக நடத்துகின்றபோது, முதலில், இத்தகைய அலசலில் ஈடுபடுமாறு கூறுவேன். அதற்கு, கீழ்க்கண்ட கேள்விகளுக்கு பதிலளிக்குமாறு நான் அவர்களிடம் கேட்டுக் கொள்வேன்:

1. *சில விஷயங்களின் இன்றைய நிலை உங்களுக்குத் தெரியும் என்பதால், நீங்கள் மீண்டும் அவற்றைச் செய்ய விரும்பாதிருக்கலாம். அவை எவை?*
2. *நீங்கள் விற்றுக் கொண்டிருக்கின்ற சில பொருட்களின் இன்றைய நிலை உங்களுக்குத் தெரியும் என்பதால், நீங்கள் மீண்டும் அவற்றை விற்பனை செய்ய விரும்பாதிருக்கலாம். அவை எவை?*
3. *சில முதலீடுகள், தொழில் செயல்முறைகள் போன்றவற்றின் இன்றைய நிலை உங்களுக்குத் தெரியும் என்பதால், நீங்கள் மீண்டும் அவற்றைச் செய்ய விரும்பாதிருக்கலாம். அவை எவை?*
4. *சில நபர்களின் செயல்பாடுகள் இன்று எப்படி இருக்கின்றன என்பது உங்களுக்குத் தெரியும் என்பதால், நீங்கள் மீண்டும் அவர்களை வேலையில் சேர்த்து கொள்ள விரும்பாதிருக்கலாம். அவர்கள் யார்?*
5. *சில விஷயங்களில் நீங்கள் உங்களுடைய நேரம், பணம், முழுமையான ஈடுபாடு போன்றவற்றை முதலீடு செய்திருப்பீர்கள். அவ்விஷயங்களின் இன்றைய நிலை உங்களுக்குத் தெரியும் என்பதால், நீங்கள் மீண்டும் அவற்றைச் செய்ய விரும்பாதிருக்கலாம். அவை எவை?*

உங்களுடைய மூழ்கிய முதலீடுகளைத் தீர்மானியுங்கள்

கணக்கியலில் 'மூழ்கிய முதலீடுகள்' என்ற ஒரு சொல்லாடல் உண்டு. அவை நீங்கள் செய்துள்ள பயனற்ற முதலீடுகள். அவற்றுக்கான பதிலீட்டை உங்களால் ஒருபோதும் பெற முடியாது. அது கிணற்றில் போடப்பட்டக் கல்லைப் போன்றது. அது மூழ்கிவிட்டது. அவ்வளவுதான்.

தொழிலுலகிலும் சில செலவீனங்களும், நேரம் மற்றும் பணரீதியான முதலீடுகளும் மூழ்கிய முதலீடுகளாகத்தான் இருக்கும். அவை போனது போனதுதான். ஆனால், அதிலிருந்து பயன் பெறுவதற்காக, மக்கள் அதே விஷயத்தில் மேலும் அதிக நேரத்தையும் பணத்தையும் முதலீடு செய்வதன் மூலம் பிரச்சனையைப் பெரிதுபடுத்துகின்றனர். அதனால் எந்தப் பயனும் விளையப் போவதில்லை.

கடந்தகாலத் தவறான தீர்மானங்களிலோ அல்லது இன்றைய பிரச்சனைகளிலோ உங்களுடைய கவனத்தைக் குவிக்காமல், நாளைய வாய்ப்புகளில் நீங்கள் கவனம் செலுத்த வேண்டும். ஏனெனில், கடந்தகாலம் முடிந்துவிட்ட ஒன்று, அதை உங்களால் கட்டுப்படுத்த முடியாது. ஆனால், வருங்காலம் அப்படியில்லை. அது உங்களுடைய கட்டுப்பாட்டில்தான் இருக்கிறது.

சரியான அல்லது தவறான தீர்மானங்கள்

உங்களுடைய தீர்மானங்களில் எத்தனை சதவீதத் தீர்மானங்கள் காலப்போக்கில் தவறானவையாக ஆகும் என்று நீங்கள் நினைக்கிறீர்கள்? அமெரிக்க மேலாண்மைக் கழகம், ஆயிரக்கணக்கான மேலாளர்களைப் பேட்டியெடுத்து ஒரு விரிவான ஆய்வு நடத்தியது. காலப்போக்கில் 70 சதவீதத் தீர்மானங்கள் தவறாகப் போவதாக அந்த ஆய்வின்

முடிவுகள் தெரிவிக்கின்றன. அவற்றில், ஓரளவு தவறாகப் போன காரியங்கள், மோசமாகப் போன காரியங்கள், படுமோசமாகப் போன காரியங்கள் போன்ற அனைத்தும் அடங்கும்.

அதன்படி பார்த்தால், நீங்கள் மேற்கொள்கின்ற தீர்மானங்களில் 70 சதவீதம் அல்லது அதற்கு மேற்பட்டத் தீர்மானங்கள் தவறாகப் போவதற்கு வாய்ப்பிருக்கிறது. இது ஒரு சராசரி அளவு. இது சிலருடைய விஷயத்தில் அதிகமாகவும், சிலருடைய விஷயத்தில் குறைவாகவும் இருக்கக்கூடும்.

ஏற்கனவே உங்களுக்கு ஏற்பட்டுள்ள இழப்பை மேலும் அதிகரிக்காமல் பார்த்துக் கொள்வது வெற்றிக்கான தொழில் உத்திகளில் முக்கியமானது. ஏற்கனவே இழந்துள்ளது போதும் என்று அதைத் தலைமுழுகிவிடுவதுதான் புத்திசாலித்தனமானதாக இருக்கும். நீங்கள் ஒரு தவறான தீர்மானத்தை எடுத்துவிட்டீர்கள் என்பதை நீங்கள் அறிந்து கொள்கின்றபோது, அதைச் சரி செய்வதற்காக மேலும் அதிகப் பணத்தை அதில் கொட்டுவதால் எந்தப் பயனும் கிடைக்காது. அந்த இழப்பை ஈடு செய்வதற்காக இன்னும் அதிகமான பணத்தையும் பிற வளங்களையும் அதில் கொட்டுவதற்குப் பதிலாக, நீங்கள் தவறான ஒரு தீர்மானத்தை எடுத்துவிட்டீர்கள் என்பதை ஏற்றுக் கொண்டு, அந்த இழப்பை விழுங்கிக் கொண்டு, அடுத்து நீங்கள் செய்ய வேண்டியவற்றின்மீது கவனம் செலுத்துவதுதான் புத்திசாலித்தனமானதாக இருக்கும். அங்கே பூஜ்ஜிய அடிப்படையிலான சிந்தனையைச் செயல்படுத்துங்கள்.

எப்படித் தெரிந்து கொள்வது?

நீங்கள் எதிர்கொண்டுள்ள ஒரு சூழல், பூஜ்ஜிய அடிப்படையிலான சிந்தனை தேவைப்படுகின்ற ஒரு சூழல் என்பதை எப்படிக் கண்டுபிடிப்பது? அதற்கான

வழி எளிது. மனஅழுத்தம்! உங்களை எப்போதும் ஆழ்சிந்தனையில் இழுத்துப் பிடித்து வைத்திருக்கின்ற, உங்களை இரவில் தூங்கவிடாமல் செய்கின்ற அளவுக்குத் தீவிரமான மனஅழுத்தத்தை நீங்கள் எதிர்கொண்டால், பூஜ்ஜிய அடிப்படையிலான சிந்தனை தேவைப்படுகின்ற சூழலுக்குள் நீங்கள் மாட்டிக் கொண்டுள்ளீர்கள் என்று அதற்கு அர்த்தம்.

அச்சூழலை நேர்மையாக எதிர்கொண்டு, அதற்கு என்ன செய்யப்பட வேண்டுமோ அதைச் செய்வதற்கான துணிச்சலை நீங்கள் வளர்த்துக் கொள்ள வேண்டும். உங்களுடைய மனத்தோடு விளையாடிக் கொண்டிருக்காதீர்கள். விஷயங்கள் சரியாகிவிடும் என்றோ அல்லது பிரச்சனைகள் எப்படியோ தீர்ந்துவிடும் என்றோ குருட்டுத்தனமாக நம்பிக் கொண்டிருக்காதீர்கள். நம்பிக்கை என்பது ஓர் உத்தி அல்ல.

அதற்குப் பதிலாக, உங்களுக்கு மனஅழுத்தம் ஏற்படுத்திக் கொண்டிருக்கின்ற சூழலை நேருக்கு நேராக எதிர்கொண்டு, "இப்போது இந்தச் சூழலைப் பற்றி நான் அறிவேன் என்பதால், ஒரு முறை இதற்கு இட்டுச் சென்றுள்ள அதே காரியத்தில் மீண்டும் நான் ஈடுபடுவேனா?" என்று உங்களை நீங்களே கேட்டுக் கொள்ளுங்கள்.

"இல்லை!" என்பது அதற்கான பதிலாக இருந்தால், அடுத்து உங்களிடம், "இந்தச் சூழலிலிருந்து நான் விரைவாக வெளியேறுவதற்கு என்ன வழி?" என்று கேளுங்கள்.

நிலைமை கைமீறிப் போய்விட்டது

ஒரு குறிப்பிட்டச் சூழலில் நீங்கள் மீண்டும் ஒருபோதும் ஈடுபட மாட்டீர்கள் என்று உங்களுக்கு நீங்களே சொல்லிக் கொள்கிறீர்கள் என்றால், நிலைமை ஏற்கனவே கைமீறிப் போய்விட்டது என்று அர்த்தம்.

அதன் கதை முடிந்துவிட்டது. அது குறித்து எதுவும் செய்ய முடியாது. அது ஒரு மூழ்கிய முதலீடு. அச்சூழலை முடிவுக்குக் கொண்டுவருவதற்கு நீங்கள் எவ்வளவு காலம் காத்திருக்கப் போகிறீர்கள்? அதற்கு நீங்கள் இன்னும் எவ்வளவு நேரத்தையும் பணத்தையும் விரயம் செய்து கொண்டிருக்கப் போகிறீர்கள்?

"நீங்கள் தவறான பாதையில் எவ்வளவு தூரம் பயணித்திருந்தாலும் பரவாயில்லை, திரும்பிவிடுங்கள்," என்றொரு துருக்கிப் பழமொழி கூறுகிறது.

உங்களுடைய வாழ்க்கையின் ஒவ்வோர் அம்சத்திலும் பூஜ்ஜிய அடிப்படையிலான சிந்தனையைக் கடைபிடிக்கின்ற நேர்மையையும் துணிச்சலையும் வளர்த்துக் கொள்ளுங்கள். அதற்குப் பின் உங்களுடைய பதில் உங்களை எங்கு அழைத்துச் செல்கிறதோ, அதைப் பின்பற்றிச் செல்லுங்கள். நீங்கள் மேற்கொண்ட ஒரு செயல் சரியாகப் போகவில்லை, அது உருப்பட வாய்ப்பில்லை என்பது தெரிய வந்ததும், உங்களுடைய இழப்புகள் அதற்கு மேல் தாண்டாமல் பார்த்துக் கொள்ளுங்கள். அச்சூழலை முடிவுக்குக் கொண்டுவந்துவிட்டு அடுத்து ஆக வேண்டிய காரியங்களைப் பாருங்கள்.

உங்கள் வாழ்க்கையையும் உங்கள் வருங்காலத்தையும் உங்கள் கட்டுப்பாட்டிற்குள் கொண்டுவாருங்கள். ஒரு தீர்மானத்திற்கு வாருங்கள். எப்படியோ அந்தச் சூழல் தானாகவே மேம்பட்டுவிடும் என்றோ அல்லது சரியாகிவிடும் என்றோ மட்டும் நம்பிக் கொண்டிருக்காதீர்கள். அவ்வாறு ஒருபோதும் நிகழ்வதில்லை.

அத்தியாயம் பதினைந்து

முன்னேறித் தாக்குங்கள்

அலெக்சாண்டர் எப்போதுமே தன்னைவிடப் பெரிய எதிரிகளைத்தான் எதிர்கொண்டார். அதனால், அவர் தன்னைத் தற்காத்துக் கொள்ளும் விதமாகப் போரிட்டு, எதிரி தன்னைச் சூழ்ந்து தன்னுடைய சிறிய படையை முற்றிலும் நாசமாக்குவதற்கு அனுமதிக்க முடியாத நிலையில் அவர் இருந்தார். போர்க்களத்தைத் தன் கட்டுப்பாட்டில் வைத்திருப்பதற்காக அவர் எப்போதும் முன்னேறித் தாக்க வேண்டியிருந்தது.

தொழிலில் இதுபோன்ற முன்னேறித் தாக்குதல் என்பது, நீங்கள் தொடர்ந்து புதிய, மேம்பட்ட, விரைவாக இயங்குகின்ற, மலிவான, பயன்படுத்துவதற்கு இலகுவாக உள்ள பொருட்கள் மற்றும் சேவைகளை உருவாக்கிச் செயல்படுத்திக் கொண்டிருப்பதாகும். நீங்கள் புதிய தொழில்நுட்பங்களையும், புதிய சந்தைமுறைகளையும், புதிய விற்பனைமுறைகளையும்

அறிமுகப்படுத்திக் கொண்டேயிருக்க வேண்டும். நீங்கள் தொடர்ந்து உங்களுடைய பொருட்களின் விலையை மறுசீரமைத்துக் கொண்டே இருக்க வேண்டும், உங்களுடைய அடக்கவிலையைக் குறைப்பதற்கான நடவடிக்கைகளில் இறங்க வேண்டும். புதிய சந்தைகளில் இறங்குவதற்காகவும், உங்களுடைய பெரிய போட்டியாளர்களை முறியடிப்பதற்காகவும், பிற நிறுவனங்களுடன் நீங்கள் புதிய தொழிற்கூட்டுகளை உருவாக்கிக் கொள்கின்ற மற்றும் சில நிறுவனங்களை இணைத்துக் கொள்கின்ற நடவடிக்கைகளை எடுக்க வேண்டும்.

வணிக மாதிரியில் புதுமைப்புனைவு

இன்று தொழிலுலகில் பரபரப்பாகப் பேசப்படுகின்ற விஷயம் வணிக மாதிரியில் புதுமைப்புனைவைப் புகுத்துகின்ற நடவடிக்கையாகும். இன்று பல நிறுவனங்கள், ஒரு சில ஆண்டுகளுக்கு முன்பு பொருத்தமாக இருந்த, ஆனால் இன்று காலாவதியாகிப் போயுள்ள வணிக மாதிரிகளைப் பின்பற்றிக் கொண்டிருக்கின்றன.

உங்களுடைய நிறுவனத்தின் வணிக மாதிரி எப்படி இருக்கிறது? தற்போதைய சூழலில் அது பொருத்தமானதாக இருக்கிறதா?

உங்களுடைய வணிக மாதிரி இன்றைய சூழலுக்குப் பொருத்தமாக இருக்கிறதா என்பதைக் கண்டுபிடிப்பதற்கு ஓர் எளிய வழி இருக்கிறது. உங்களுடைய வணிக மாதிரி, விற்பனையிலும் இலாபத்திலும் தொடர்ச்சியாகவும் சீராகவும் முன்பே கணிக்கத்தக்க வளர்ச்சிக்கு இட்டுச் செல்கிறதா? உங்களுடைய வணிக மாதிரி ஓர் ஆரோக்கியமான விதத்தில் வளர்ந்து கொண்டிருந்தால், அது இன்றைக்கும் பொருத்தமானதாகவே இருக்கிறது என்று எடுத்துக் கொள்ளலாம். அப்படி இல்லையென்றால்,

உங்களுடைய வணிக மாதிரியை நீங்கள் கேள்விக்கு உட்படுத்த வேண்டிய நேரம் வந்துவிட்டது என்று பொருள்.

இலவசப் பொருள்

எப்போதுமே ஒரு மேம்பட்ட வழி இருப்பதற்கான சாத்தியக்கூறுகள் இருக்கும் என்ற திறந்த மனப்போக்குடன் நீங்கள் இருக்க வேண்டும். இப்போது நீங்கள் செய்து கொண்டிருக்கின்ற விதத்திற்கு நேரெதிர் வழியில் விஷயங்களைப் பரிசோதித்துப் பார்க்க முனைவது நல்லது. இது, அதற்கு முன்பு நீங்கள் ஒருபோதும் பார்த்திராத எண்ணற்றப் புதிய சாத்தியக்கூறுகளுக்கு உங்களுடைய மனத்தை விரியத் திறந்து வைக்கும்.

உங்களுடைய பொருளை உயர்ந்த விலையில் விற்பதற்கு, சில நேரங்களில் அதை முற்றிலுமோ அல்லது அதன் ஒரு பகுதியையோ இலவசமாகக் கொடுக்க முன்வருவது சிறப்பான பலன்களை அளிக்கும் என்று 'ஃப்ரீ: த ஃபியூச்சர் ஆஃப் எ ரேடிக்கல் பிரைஸ்' என்ற நூலில் கிறிஸ் ஆன்டர்சன் கூறுகிறார். இது புதிய வாடிக்கையாளர்களை உங்களை நோக்கிக் கவர்ந்திழுக்கும்.

இலவசமாகவா?

கேரி வய்னெர்சுக் தன்னுடைய 'ஜப், ஜப், ஜப், ரைட் ஹுக்' என்ற நூலில், நிறுவனங்கள், குறிப்பாக இணைய நிறுவனங்கள், தம்முடைய பொருளை விற்பனைக்கு அனுப்புவதற்கு முன்பாக, தம்முடைய மூன்று பொருட்களை இலவசமாகக் கொடுப்பதன் மூலம் படுவேகமாக வளர முடியும் என்று தெரிவிக்கிறார்.

தங்களுடைய பொருளுக்கு நம்பகத்தன்மையை உருவாக்கிக் கொள்வதற்காக இப்படி இலவசமாகப்

பொருட்களைக் கொடுக்க வேண்டும் என்ற யோசனை பலருக்குப் புரட்சிகரமான ஒன்றாகத் தோன்றலாம். ஆனால், இன்று எண்ணற்ற நிறுவனங்கள் 'கொடுத்துப் பெறுகின்ற' இந்த உத்தியைப் பயன்படுத்திக் கொழித்துக் கொண்டிருக்கின்றன.

தரத்தில் முன்னுதாரணமாக இருங்கள்

2013 இல், அமெரிக்கப் பத்திரிகையான இங்க், அமெரிக்காவில் வேகமாக வளர்ந்து வருகின்ற 500 சிறிய மற்றும் நடுத்தர நிறுவனங்களை ஆய்வு செய்து ஓர் அறிக்கை வெளியிட்டது. உங்களுடைய பொருளின் தரத்தை ஏதோ ஒரு வழியில் உயர்த்துவதற்குச் செய்யப்படுகின்ற முதலீடுகள்தாம் மிகச் சிறந்த முதலீடுகள் என்று அந்த ஆய்வின் முடிவுகள் தெரிவித்தன. நீங்கள் செய்கின்ற மற்ற எதுவொன்றையும்விட உங்களுடைய விற்பனையையும் இலாபத்தையும் அதிகரிப்பதில் இது அதிகப் பங்காற்றுகிறது.

சரியாகச் சொல்ல வேண்டுமென்றால், தரத்தை மேம்படுத்திக் கொண்டே இருப்பது என்பது முன்னேறித் தாக்குகின்ற ஓர் உத்தியாகும். தரம் என்பது இலாபத்திற்கான உத்தி. எந்தவொரு துறையிலும் தரத்தில் உயர்ந்து நிற்கின்ற நிறுவனங்கள் இலாபத்திலும் உயர்ந்து நிற்கின்ற நிறுவனங்களாகத் திகழ்கின்றன. விற்பனைக்கூடத்தின் சதுர அடிக் கணக்கின் அடிப்படையில், இன்று உலகிலேயே அதிக இலாபம் ஈட்டிக் கொண்டிருக்கின்ற நிறுவனம் டிஃபனி & கம்பெனி. அதற்கு அடுத்த நிலையில் இருப்பது ஆப்பிள் நிறுவனம். இரண்டுமே தத்தம் துறைகளில் தரத்திற்குப் பெயர் போனவை. தர வரிசைப் பட்டியலில் உங்களுடைய நிறுவனம் எந்த இடத்தில் இருக்கிறது?

உங்களைப் புதுப்பித்துக் கொண்டே இருங்கள்

தங்களைத் தொடர்ச்சியாகப் புதுப்பித்துக் கொள்வதன் மூலம் நிறுவனங்களால் எப்படி அதிரடியாக முன்னேறிக் கொண்டே இருக்க முடியும் என்பதை 'த ரோடு டு ரீஇன்வென்ஷன்' என்ற தன்னுடைய நூலில் ஜோஸ் லிங்னர் எடுத்துரைக்கிறார். இது ஒரு மாற்று ஏற்பாடு அல்ல. உங்களுடைய போட்டியாளர்கள் உங்களைக் குறி வைக்கத் தொடங்குவதற்கு முன்பாக நீங்களே முயற்சியெடுத்து உங்களுடைய நிறுவனத்தை மாற்றுவதுதான் இது. நீங்கள் வெற்றிகரமாக உங்களுடைய நிறுவனத்தைப் புதுப்பித்துக் கொள்வதற்கு எட்டுக் கொள்கைகளைப் பின்பற்ற வேண்டும் என்று ஜோஸ் கூறுகிறார். அவை:

1. கடந்தகாலத்தைக் கைகழுவுங்கள்

நடந்தது நடந்துவிட்டது. அதிலிருந்து சில பாடங்களைக் கற்றுக் கொள்ளுங்கள். ஆனால், கடந்தகாலத்தைக் கைகழுவுங்கள்.

2. துணிச்சலை ஊக்குவியுங்கள்

உங்களுடைய மேலாளர்களோ அல்லது ஊழியர்களோ புதிதாக எதையாவது முயற்சி செய்தால், அதற்காக அவர்களைத் தண்டிக்காதீர்கள், மாறாக, அவர்களுக்கு வெகுமதி அளியுங்கள்.

3. தோல்வியை அரவணைத்துக் கொள்ளுங்கள்

தோல்வி பயம் இருந்தால் மக்கள் புதிதாக எதையும் முயற்சி செய்ய மாட்டார்கள். வருங்கால வெற்றியைக் கட்டியெழுப்புவதற்கான படிப்பினைகளைத் தோல்விகளிலிருந்துதான் உங்களால் கற்றுக் கொள்ள முடியும்.

4. நேரெதிரானதைச் செய்யுங்கள்

ஒரு முரண்பாட்டாளராக இருங்கள். எதிர்பாராததைச் செய்யுங்கள். அதன் விளைவுகளைக் கண்டு நீங்கள் வியப்பீர்கள்.

5. சாத்தியக்கூறுகளைக் கற்பனை செய்யுங்கள்

உங்களுடைய கண்களை மூடுங்கள். உங்களுக்கு முன்னால் இருக்கின்ற தடைகளை மறந்துவிடுங்கள். அவற்றை உங்களுடைய மனத்திலிருந்து வெளியேற்றுங்கள். இப்போது உங்களுக்கு என்ன தெரிகிறது?

6. பழைய பொருட்களைத் தலைமுழுகுங்கள்

தம்முடைய பொருட்களின் தயாரிப்பைத் தாமே நிறுத்துவதற்குப் பல நிறுவனங்கள் தயங்குகின்றன. தாங்கள் ஒரு புதிய பொருளை அறிமுகப்படுத்தினால், தங்களுடைய பழைய பொருளை வாங்குவதை மக்கள் நிறுத்திவிடுவர் என்று அந்நிறுவனங்கள் அஞ்சுகின்றன. இது ஒருவிதமான பொறி. இதில் மாட்டிக் கொள்ளாதீர்கள். உங்களால் உங்களுடைய ஒரு பொருளை, ஒரு புதிய பொருளைக் கொண்டு இட்டு நிரப்ப முடியும் என்றால், அதை உங்களுடைய போட்டியாளர்களாலும் செய்ய முடியுமே! அதை நீங்கள் செய்யாவிட்டால், வேறொருவர் செய்துவிடுவார். அதன் பிறகு உங்களுடைய நிலை?

7. வரம்புகளை மறுதலியுங்கள்

நீங்கள் செய்வதை ஏற்றுக் கொள்ளாதவர்கள் எப்போதும் இருந்து கொண்டுதான் இருப்பர். சாத்தியமில்லை என்று பிறர் கூறியதைச் செய்து

காட்டி வெற்றி பெற்றவர்கள்தாம் அதிகம். வரம்புகள் உங்களுக்குப் பொருந்தாது என்ற தீர்மானத்திற்கு வாருங்கள்.

8. இலக்கைத் தாண்டிக் குறி வையுங்கள்

முன்னே பாருங்கள். இப்போது நடந்து கொண்டிருக்கின்ற விஷயங்களைத் தாண்டி வருங்காலத்தில் நிகழவிருப்பதைப் பாருங்கள். புதிய பாணிகளை முன்கூட்டியே எதிர்பார்த்து அதற்குத் தயாராக இருங்கள்.

நெருப்புக்குப் பிறகு

உங்களுடைய நிறுவனத்தை, வளங்கள் மற்றும் வல்லமைகளை உள்ளடக்கிய ஓர் அம்சமாகப் பாருங்கள். அந்த வளங்களையும் வல்லமைகளையும் பயன்படுத்தி உங்களால் புதிய பொருட்களை உருவாக்கி விற்பனை செய்ய முடியும். அவை இன்று நீங்கள் விற்றுக் கொண்டிருக்கின்ற பொருட்களாக இருக்க வேண்டிய அவசியமில்லை.

இப்படி ஒரு காட்சியைக் கற்பனை செய்யுங்கள்: ஒரு நாள் காலையில் நீங்கள் உங்களுடைய நிறுவனத்திற்கு வந்து சேர்கின்றபோது, முந்தைய நாள் இரவில் அது முழுமையாக எரிந்து சாம்பலாகியிருப்பதை நீங்கள் காண்கிறீர்கள். நல்லவேளையாக உங்களுடைய ஊழியர்கள் எவரும் அப்போது அங்கு இல்லை. ஆனால், மற்ற அனைத்தும் அந்த நெருப்பில் எரிந்து சாம்பலாகிவிட்டன.

இப்போது நீங்கள் உங்களுடைய தொழிலை மீண்டும் முதலிலிருந்து தொடங்க வேண்டும். அப்போது உங்கள் மனத்தில் பல கேள்விகள் எழும். அவற்றில் கீழ்க்கண்டவையும் அடங்கும்:

- இப்போது நீங்கள் தயாரித்துக்கொண்டிருக்கின்ற பொருட்களில் எந்தப் பொருட்களை நீங்கள் தொடர்ந்து தயாரிப்பீர்கள்? எந்தப் பொருட்களைத் தயாரிக்காமல் இருப்பீர்கள்?
- எந்த வாடிக்கையாளர்களை நீங்கள் அணுக முற்படுவீர்கள்? எந்த வாடிக்கையாளர்களைக் கவர நீங்கள் முற்பட மாட்டீர்கள்?
- எந்த ஊழியர்களை நீங்கள் உங்களுடன் வைத்துக் கொள்வீர்கள்? எந்த ஊழியர்களை நீங்கள் கழற்றி விட்டுவிடுவீர்கள்?

இப்போது நீங்கள் அனைத்தையும் புதிதாகத் தொடங்குகின்ற மனநிலையில் இருப்பதால், அந்தக் கற்பனை நெருப்புக்காகக் காத்திருக்காதீர்கள். உங்களுடைய நிறுவனத்தை முற்றிலுமாகப் புதுப்பித்து, உங்களுடைய போட்டியாளர்களை வியப்பில் மூழ்கடியுங்கள்.

அத்தியாயம் பதினொன்று

வெற்றிக்கு வழிவகுக்கும் நெகிழ்வுத்திறன்

இரண்டாவது அத்தியாயத்தில் நான் இராணுவரீதியான நெகிழ்வுத்திறனைப் பற்றிக் கூறியிருந்தேன், இல்லையா? தொழிலுலகில், அது, புதிய பொருட்களைப் படைப்பதற்கும், உங்களுடைய சூழலில் ஏற்படுகின்ற மாற்றங்களுக்கு விரைவாக எதிர்வினையாற்றுவதற்கும் உங்களிடம் இருக்கின்ற நெகிழ்வுத்திறனைக் குறிக்கும்.

நெகிழ்வுத்திறனோடு இருப்பதற்கு, அடுத்து என்ன நடக்கும் என்பது குறித்த எதிர்பார்ப்புடன் அதை எதிர்கொள்ள நீங்கள் தயாராக இருக்க வேண்டும். நிலைமை வேறு மாதிரியாக உருவெடுத்தால் என்ன செய்ய வேண்டும் என்பது குறித்து மாற்று ஏற்பாடு ஒன்றை நீங்கள் வைத்திருக்க வேண்டும்.

தேவையெனில், சந்தையில் முன்னாலோ, பின்னாலோ அல்லது பக்கவாட்டிலோ நகர்வதற்கு உங்களை நீங்கள் தயார்படுத்திக் கொள்ள வேண்டும். நெகிழ்வுத்தன்மையற்ற ஒற்றைத் திட்டத்திற்குள் நீங்கள் மாட்டிக் கொள்ளப் போவதில்லை என்ற உறுதியோடு நீங்கள் இருக்க வேண்டும். நீங்கள் தொடர்ந்து திறந்த மனத்துடன் இருக்க வேண்டும், புதிய சாத்தியக்கூறுகளை உருவாக்கிக் கொள்ள வேண்டும்.

வரம்புடன்கூடிய சிந்தனை தவிர்க்கப்பட வேண்டும்

டாரியஸிடம் ஒரே ஒரு திட்டம்தான் இருந்தது. அது இப்படி இருந்தது: அவருடைய தேர்ப்படை அலெக்சாண்டரின் படைக்குள் ஊடுருவிச் சென்று அதைப் பிளக்கும். அதன் மூலம், அலெக்சாண்டரின் படையின் மனோதிடம் சுக்குநூறாகும். பின் டாரியஸின் காலாட்படையினர் அலெக்சாண்டரின் படையைச் சுற்றி வளைத்து, தங்களுடைய பிரம்மாண்டமான எண்ணிக்கையால் அவர்களைத் திக்குமுக்காடச் செய்து ஒழித்துக்கட்டுவர். இறுதியில் டாரியஸ் வெல்வார். ஆனால், டாரியஸின் தேர்ப்படை அவர் எதிர்பார்த்திருந்தபடி இயங்காதிருந்தபோது, அவரிடம் வேறு மாற்று ஏற்பாடுகள் இருக்கவில்லை. அதன் விளைவாக, அந்தக் காலத்திலிருந்த பேரரசுகளிலேயே மிகப் பெரிதாக இருந்த தன்னுடைய மாபெரும் அரசை டாரியஸ் இழக்க நேர்ந்தது.

ஆனால், டாரியஸின் தேர்ப்படை தன்னுடைய படைக்குள் ஊடுருவிவிட்டால் என்ன செய்வது என்பது குறித்து அலெக்சாண்டரிடம் ஒரு மாற்று ஏற்பாடு இருந்தது. அவர்களை உள்ளே வரவிட்டுவிட்டு, பின் அவர்களைத் தாக்கி அழிக்க அவர் திட்டமிட்டிருந்தார்.

மாற்று ஏற்பாடுகளைத் தயாராக வைத்திருங்கள்

ராயல் டச் ஷெல் நிறுவனம் ஒரு சமயம் உலகிலேயே மிகவும் வெற்றிகரமான ஒரு நிறுவனமாக விளங்கியது. அதற்கு நூறு நாடுகளில் எண்ணெய்க் கிணறுகள் இருந்தன. பூமியிலிருந்து உறிஞ்சப்பட்ட எண்ணெயையும் எரிவாயுவையும் துறைமுகங்களுக்கும் சுத்திகரிப்பு ஆலைகளுக்கும் எடுத்துச் செல்வதற்குத் தேவையான குழாய்களும் அதனிடம் இருந்தன. துறைமுகங்களிலிருந்து அந்த எண்ணெயைப் பல நாடுகளின் சந்தைகளுக்கு எடுத்துச் செல்வதற்கு அதனிடம் கப்பல்களும் இருந்தன. ஷெல் நிறுவனம் செயல்பட்டுக் கொண்டிருந்த நாடுகளில் அது ஆயிரக்கணக்கான பெட்ரோல் நிலையங்களையும் நடத்திக் கொண்டிருந்தது.

ராயல் டச் ஷெல் நிறுவனம் மாற்று ஏற்பாட்டுத் திட்டங்களுக்கும் புகழ் பெற்ற ஒரு நிறுவனமாகும். உலகில் எந்த இடத்திலும் அதனுடைய தொழிலை பாதிக்கக்கூடிய சாத்தியக்கூறுகள் இருந்த சூழல்களை எதிர்கொள்வதற்காக அதனிடம் எப்போதுமே 600 மாற்றுத் திட்டங்கள் இருந்தன. போர்கள், புரட்சிகள், தீவிரவாதத் தாக்குதல்கள், கடற்பயண வழிகளில் தடை ஏற்படுதல், அரசாங்கங்களின் வீழ்ச்சி, அரசாங்கங்களுடன் போடப்பட்டிருந்த ஒப்பந்தங்கள் இரத்து செய்யப்படுதல், ஒரு குறிப்பிட்டப் பகுதியில் அதன் விற்பனைக்குத் தடை ஏற்படுதல் போன்ற எந்தவொரு சூழலையும் எதிர்கொள்வதற்கு அது மாற்றுத் திட்டங்களை முன்கூட்டியே தயாரித்து வைத்திருந்தது.

நெகிழ்வுத்தன்மையுடன்கூடிய இயக்கம்

முன்பெல்லாம் வளர்ச்சிக்கான உத்தி எப்போதுமே ஒரே ஒரு திசையை நோக்கி மட்டுமே

இருந்தது. நிறுவனத்தின் அளவைப் பெரிதாக்கிக் கொண்டிருப்பதுதான் அது. அடக்க விலையைக் குறைப்பதற்கும் உற்பத்தித்திறனை அதிகரிப்பதற்கும் நிறுவனத்தை பிரம்மாண்டமானதாக மாற்றுவது ஒரு சிறந்த வழியாக இருந்தது. பிரம்மாண்டமே சிறப்பானது. எடுத்துக்காட்டாக, கட்டுமானப் பொருட்களை எடுத்துச் செல்கின்ற லாரிகளைப் பொறுத்தவரை, பத்து டன் எடையுள்ள பொருட்களை எடுத்துச் செல்கின்ற 100 லாரிகள் செய்கின்ற அதே வேலையை, நூறு டன் எடையை எடுத்துச் செல்கின்ற 10 லாரிகளால் செய்துவிட முடியும். இங்கு ஒரு கூடுதல் அனுகூலமும் இருக்கிறது. அப்படிச் செய்கின்றபோது, நூறு லாரி ஓட்டுநர்களுக்குப் பதிலாக, பத்து ஓட்டுநர்கள் மட்டுமே போதுமானதாக இருக்கும். அதனால், நூறு டன் லாரிகளுக்கு மாறுவதுதான் இலாபகரமானதாக இருக்கும்.

இதுதான் பழைய சிந்தனைமுறையாக இருந்து வந்தது. இந்தப் பழைய சிந்தனைமுறை செயல்திறனுடன் விளங்கிய முறை அல்ல என்று கொலம்பியா பல்கலைக்கழகத்தைச் சேர்ந்த பேராசிரியர்கள் காரட் வான் ரைசினும் கிளாஸ் லேக்னரும் கூறுகின்றனர். இப்போது தோன்றியுள்ள தன்னியக்கச் செயல்பாடுகளும் தகவல் தொழில்நுட்பங்களும் நடைமுறையைப் புரட்டிப் போட்டுள்ளன. இன்று, ஒரு சில பெரிய நிறுவனங்களைவிட, பல சிறிய நிறுவனங்கள் மேலானவை. ஏனெனில், அவற்றில் ஏராளமான நெகிழ்வுத்தன்மை இருக்கும்.

இதோ ஓர் எடுத்துக்காட்டு: வேதியியல் துறையில் பரவலாகப் பயன்படுத்தப்படுகின்ற ஒரு வேதிப்பொருள் குளோரின். அதை ஓரிடத்திலிருந்து மற்றோர் இடத்திற்குக் கொண்டு செல்வது ஆபத்தானது என்பது அதிலுள்ள பெரிய பிரச்சனை. இந்தப் பிரச்சனையைச் சமாளிப்பதற்கு, முன்பெல்லாம் இத்தொழிலில் ஈடுபட்டிருந்தவர்கள், பணத்தை மிச்சப்படுத்துவதற்காக

பிரம்மாண்டமான குளோரின் தொழிற்சாலைகளைக் கட்டினர். தன்னியக்கமாதலும் பிற தொழில்நுட்ப வளர்ச்சியும் அதிகரித்தவுடன் தொழிற்சாலைகளில் தொழிலாளர்கள் தொடர்பான செலவு கணிசமாகக் குறைந்தது. சிறிய தொழிற்சாலைகளைக் கட்டினால், ஆபத்தான அந்த வேதிப்பொருளை நெடுந்தொலைவு எடுத்துச் செல்ல வேண்டியிருக்காது. அதனால், இப்போதெல்லாம், இத்தொழிலில் ஈடுபட்டுள்ளவர்கள் பல சிறிய தொழிற்சாலைகளையே கட்டிக் கொண்டிருக்கின்றனர். தன்னியக்க முறையில் அவை இயங்குவதால், அவற்றைத் தொலைதூரத்திலிருந்தே இயக்குவதும் எளிதாகிவிட்டது.

சிறியதே சிறப்பானது

தொழிற்சாலைகளை பிரம்மாண்டமானவையாக நிறுவுவதில் பெரிய நன்மைகள் இல்லை என்று வான் ரைசினும் லேக்னரும் வாதிடுகின்றனர். சிறிய அளவில் தொழிற்சாலைகளை நிறுவுவதற்கு ஆதரவாக அவர்கள் கீழ்க்கண்ட விஷயங்களை முன்வைக்கின்றனர்:

1. குறைவான ஆபத்து

பெரும் விபத்துகள் இதன் மூலம் தவிர்க்கப்படும்.

2. நிதிரீதியான நெகிழ்வுத்தன்மை

பெரிய தொழிற்சாலைகள் பெரும்பாலும் முழு உற்பத்தித்திறனுடன் இயங்குவதில்லை. உங்களுடைய தேவையின் அளவுக்கு ஏற்ப முதலில் நீங்கள் ஒரு சிறிய தொழிற்சாலையை நிறுவிக் கொள்ளலாம். பின்னர் தேவை அதிகரித்தால், மற்றொரு சிறிய தொழிற்சாலையைக் கட்டியெழுப்பலாம்.

3. செயல்பாட்டுரீதியான நெகிழ்வுத்தன்மை

உங்களுடைய உற்பத்தியைக் குறைக்க வேண்டுமென்றால், உங்களிடம் இருக்கின்ற பல சிறிய தொழிற்சாலைகளில் ஒன்றைத் தற்காலிகமாக மூடிவிடலாம். உங்களிடம் ஒரு சில பெரிய தொழிற்சாலைகள் மட்டுமே இருந்தால், அவற்றைத் தொடர்ந்து நடத்தியே ஆக வேண்டிய கட்டாயம் ஏற்படும்.

4. புவியியல்ரீதியான நெகிழ்வுத்தன்மை

உங்கள் பொருட்களுக்கான தேவை இருக்கின்ற இடங்கள் மற்றும் உங்கள் சந்தைக்கு அருகே நீங்கள் சிறிய தொழிற்சாலைகளை நிறுவிக் கொள்ளலாம்.

உங்களுடைய தொழிற்துறையில் மற்ற அனைவரும் பிரம்மாண்டமாகச் சிந்தித்துக் கொண்டிருக்கின்றபோது, நீங்கள் சிறிய அளவில் அவற்றை அமைப்பதன் மூலம் உங்களால் உங்களுடைய போட்டியாளர்களை எளிதில் முறியடித்துவிட முடியும்.

அத்தியாயம் பதினேழு

புதிய சந்தைகளை உருவாக்குங்கள்

பெரும் வெகுமதிகளை அளிக்கக்கூடிய ஓர் உத்தி இதோ: புதிய சந்தைகளை உருவாக்குதல்தான் அது. ஒரு புதிய சந்தையை உருவாக்குவதற்கு நீங்கள் முதலில் ஒரு பிரச்சனையைக் கண்டுபிடிக்க வேண்டும். தீர்வு காணப்பட முடியாத பிரச்சனைகள் பல இருக்கின்றன. அவற்றுக்கான உங்கள் தீர்வு ஒரு புதிய சந்தையாக இருக்கலாம். இன்று நம்முடைய சந்தையில் சிறிய அளவிலுள்ள வேன்கள் சர்வசாதாரணமாக நடமாடிக் கொண்டிருக்கின்றன. ஆனால், சில காலத்திற்கு முன்புவரைகூட, சிறிய வேன்களுக்கு ஒரு சந்தை இருக்கவில்லை. ஏராளமாகப் பெட்ரோலைக் குடிக்கின்ற தன்னுடைய பெரிய வேன்கள் பிரபலத்துவம் இழந்து கொண்டிருந்ததை உணர்ந்த கிரைஸ்லர் நிறுவனம், சிறிய வேன்களுக்கான தேவை இருந்ததை உணர்ந்தது. உடனே இலாபகரமான ஒரு புதிய சந்தை பிறந்தது.

நான்கு வழிகள்

புதிய சந்தைகளை உருவாக்கி அவற்றில் ஆதிக்கம் செலுத்துவதற்கான நான்கு வழிகளைப் பற்றி, பீட்டர் மேயர், 'கிரியேட்டிங் அன்ட் டாமினேட்டிங் நியூ மார்க்கெட்ஸ்' என்ற தன்னுடைய நூலில் குறிப்பிடுகிறார்.

வழி 1: தெரியாத வாடிக்கையாளர்களுக்காக ஒரு புதிய பொருளை உருவாக்குங்கள்

உள்ளவற்றிலேயே மிகவும் ஆபத்தான வழி இது. நீங்கள் இங்கு முற்றிலும் தெரியாத வாடிக்கையாளர் கூட்டம் ஒன்றுக்காக ஒரு புதிய பொருளை உருவாக்குகிறீர்கள். இது தொடர்பான அறிவோ அல்லது அனுபவமோ உங்களுக்குக் கிடையாது. நீங்கள் ஒரு சரியான பிரச்சனையை அடையாளம் கண்டுகொண்டால், இதில் வெற்றி பெறுவது இயலாத காரியமில்லை. எடுத்துக்காட்டாக, நெட்ஸ்கேப் 'இணைய உலாவி' ஒன்றைக் கண்டுபிடித்தபோது, அவர்கள் முன்பின் தெரியாத வாடிக்கையாளர்களுக்காக ஒரு புதிய பொருளை உருவாக்கியிருந்தனர். இவ்வளவுக்கும், அப்போது மிகக் குறைவான நபர்களே இணையத்தைப் பயன்படுத்திக் கொண்டிருந்தனர். அந்த உலாவியை இலாபகரமானதாக ஆக்கத் தேவையான அளவு இணையத்தைப் பயன்படுத்துபவர்களின் எண்ணிக்கை அதிகரிக்குமா? நெட்ஸ்கேப் ஒரு சரியான பொருளை உருவாக்கியிருந்ததா? இப்போது திரும்பிப் பார்க்கின்றபோது, அது சரியானதொரு பொருளைத்தான் உருவாக்கியிருந்தது என்று நம்மால் சொல்ல முடியும். ஆனால், அந்தச் சமயத்தில், அதன் விளைவுகள் எப்படி இருக்கும் என்பதைத் தெரிந்து கொள்ளாமலேயேதான் நெட்ஸ்கேப் அதை உருவாக்கியிருந்தது.

வழி 2: தெரிந்த வாடிக்கையாளர்களுக்காக ஒரு புதிய பொருளை உருவாக்குங்கள்

முந்தைய வழியைவிட இது மேம்பட்டது. ஏனெனில், இங்கு நீங்கள் கட்டியெழுப்ப முனைகின்ற விஷயத்தில் உங்களுக்கு ஓரளவு அறிவும் அனுபவமும் இருக்கிறது. குறிப்பாக, வாடிக்கையாளர்களுடனான உங்களுடைய வரலாறு. வாடிக்கையாளர்கள் என்ன விரும்புகிறார்கள் அல்லது என்ன விரும்பக்கூடும் என்பது குறித்து உங்களுக்கு ஓரளவு நன்றாகவே தெரியும்.

வழி 3: தெரிந்த வாடிக்கையாளர்களுக்காக, தெரிந்த ஒரு பொருளை உருவாக்குங்கள்

உள்ளவற்றிலேயே இது மிக எளிய வழியாகத் தோன்றலாம். ஆனால், உண்மையில் இது கடினமானது. ஏனெனில், ஒரு புதிய சந்தையை உருவாக்குவதற்கு நீங்கள் உங்களுடைய பழைய சந்தையைப் பற்றி அக்கு வேறு ஆணி வேறாகப் பிரித்து மேய வேண்டியிருக்கும். பெரும்பாலான நேரங்களில், நிறுவனங்கள் புதிய சந்தைகளை உருவாக்குவதில்லை. அவை உண்மையில் தம்முடைய பழைய சந்தையில் சில மாற்றங்களைச் செய்கின்றன, அவ்வளவுதான். அடிப்படையில் இது மற்றொரு பொருளை அதே சந்தைக்குள் நுழைப்பதைப் போன்றதுதான்.

வழி 4: தெரியாத வாடிக்கையாளர்களுக்காக, தெரிந்த ஒரு பொருளை உருவாக்குங்கள்

இரண்டாவது வழியில் இருந்ததைப்போல, இங்கும், நீங்கள் இறங்கப் போகின்ற காரியம் குறித்து உங்களுக்கு ஏற்கனவே சிறிது அறிவு இருக்கிறது. நீங்கள் அதில்

புதுமையைப் புகுத்தப் போகிறீர்கள், அவ்வளவுதான். அதன் விளைவாக ஆபத்து குறைகிறது. அந்தப் பொருள் ஏற்கனவே வேறு வாடிக்கையாளர்களுக்கு விற்கப்பட்டுள்ளதை நீங்கள் அறிவீர்கள். அதனால், புதிய வாடிக்கையாளர்கள் விஷயத்திலும் இது வெற்றி பெறுவதற்கு வாய்ப்புகள் பிரகாசமாகவே உள்ளன.

ஒரு புதிய சந்தையை உருவாக்குவது வெற்றியடைவதற்கு நீங்கள் உங்களுடைய வாடிக்கையாளர்களிடம் கேள்விகள் கேட்க வேண்டும். ஆனால், இங்கு உங்களுடைய இலக்கு, பொருளைப் பற்றிக் கேட்டறிவது அல்ல; மாறாக, பிரச்சனைகளைப் பற்றிக் கேட்டறிவதாகும். நீங்கள் பொருளைப் பற்றிக் கேட்டால், வாடிக்கையாளர்கள் அந்தப் பொருளைச் சுற்றியுள்ள பிரச்சினைகளைப் பற்றி மட்டுமே பேசுவர். ஆனால், இங்கு உங்களுடைய நோக்கம், புதிய பொருட்கள் குறித்த யோசனைகளை அவர்களிடமிருந்து பெறுவதுதான். அதனால், தங்களுடைய பிரச்சனைகளுக்கு வாடிக்கையாளர்களே தீர்வுகளையும் முன்வைக்கட்டும். அத்தீர்வுகள் புதிய பொருட்களை உங்களுக்குச் சுட்டிக்காட்டும்.

முக்கியமான வெற்றிக் காரணிகள்

புதிய சந்தைகளை உருவாக்குகின்ற உத்தி, எளிய வெற்றிகளைத் தேடிக் கொண்டிருப்பவர்களுக்கானது அல்ல. ஆனால், இதன் மூலம் உங்களால் உங்களுடைய வெற்றி வாய்ப்பைக் கண்டிப்பாக அதிகரித்துக் கொள்ள முடியும். அதற்கான சில வழிமுறைகளைப் பீட்டர் மேயர் முன்மொழிகிறார்:

1. வாடிக்கையாளர்கள் அதை முடுக்கிவிட அனுமதியுங்கள்

விற்பனையாளர்களால் முடுக்கிவிடப்படுகின்ற சந்தைகளைவிட, வாடிக்கையாளர்களால் முடுக்கிவிடப்படுகின்ற சந்தைகள் வெற்றி பெறுவதற்கான வாய்ப்புகள் அதிகம் உள்ளன. ஏனெனில், தங்களுக்கு என்ன வேண்டும், என்ன வேண்டாம் என்பதை வாடிக்கையாளர்கள் அறிந்து வைத்திருப்பர்.

2. எளிய பாதைகளைப் பின்பற்றுங்கள்

உங்களால் முடியுமென்றால், நான் மேலே குறிப்பிட்டிருந்த இரண்டாவது மற்றும் நான்காவது வழிகளைத் தேர்ந்தெடுங்கள். ஏற்கனவே இருக்கின்ற வாடிக்கையாளர்கள் அல்லது ஏற்கனவே இருக்கின்ற பொருளின்மீது புதியதைக் கட்டியெழுப்புங்கள்.

3. அனைத்து வாய்ப்புகளின் பின்னாலும் ஓடாதீர்கள்

உங்கள் முன் தோன்றுகின்ற அனைத்து வாய்ப்புகளும் உங்களுடைய கவனத்தைக் குவிப்பதற்கு உகந்தவையாக இருக்க வேண்டியதில்லை. குறிப்பாக, அவை உங்களுடைய முயற்சிகளை நீர்த்துப் போகச் செய்கின்றபோது, நீங்கள் எச்சரிக்கையாக இருக்க வேண்டும்.

4. பலதரப்பட்டச் சூழல்களில் பணிபுரியக்கூடிய குழுக்களை உருவாக்குங்கள்

ஒரு புதிய சந்தை என்பது ஒரே ஒரு செயல்முறையைக் கொண்டிருக்காது. அதில் பலரும் ஈடுபடுத்தப்பட வேண்டியிருக்கும்.

நீலக் கடல் உத்தி

பேராசிரியர்கள் சான் கிம்மும் ரெனி மாபோர்க்னேயும் சேர்ந்து உருவாக்கியிருந்த 'நீலக் கடல் உத்தி' என்ற கருத்தாக்கம் இப்படி இருக்கிறது: பெரும்பாலான நிறுவனங்கள், ஒரு பெருங்கடலில், போட்டியாளர்கள் நிறைந்த ஒரு பகுதியில் போரிட்டுக் கொண்டிருக்கின்றன. அங்கு (உருவகரீதியாகச் சொன்னால்) இரத்தக்களறியுடன்கூடிய ஒரு போட்டி நிகழ்ந்து கொண்டிருப்பதால், பெருங்கடலின் அப்பகுதி சிவப்பு நிறத்தில் இருக்கும். இன்றைய தொழில்கள் அனைத்தும் சிவப்புக் கடல்களே. போட்டியாளர்களோடு மல்லுக்கு நிற்பதைவிட, உங்களுடைய சொந்தச் சந்தையை உருவாக்குவது, அதாவது, போட்டியாளர்கள் எவரும் இல்லாத ஒரு நீலப் பெருங்கடலைக் கண்டுபிடிப்பது, ஒரு சிறந்த உத்தியாக இருக்கும். இது நீலக் கடல் உத்தி என்று அழைக்கப்படுகிறது.

இதைச் செய்வதற்கு, அந்த இரண்டு பேராசிரியர்களும், வித்தியாசமான யோசனைகளையும் கருவிகளையும் தங்களுடைய மிகப் பிரபலமான 'புளூ ஓஷன் ஸ்ரேட்டஜி' என்ற நூலில் எடுத்துரைக்கின்றனர். அவற்றில் முன்னணியில் இருக்கின்ற உத்தி 'மதிப்பில் புதுமையைப் புகுத்துதல்' என்று அழைக்கப்படுகிறது. அதாவது, இங்கு மலிவான விலைக்கும் மதிப்புக்கும் சம அளவு முக்கியத்துவம் கொடுக்கப்படுகிறது. நிறுவனங்கள் வாடிக்கையாளர்களுக்குக் கொடுக்க விரும்புவது மலிவான விலை. வாடிக்கையாளர்கள் பெற விரும்புவது மதிப்பு. அதாவது, ஒரு பொருளுக்கு விலையாக அவர்கள் கொடுக்கின்ற பணத்திற்கு அவர்களுக்குக் கிடைக்கின்ற மதிப்பு.

இந்த உத்தியைப் பின்பற்றி வெற்றி கண்டுள்ள நிறுவனங்களில் கேனன் காப்பியர் நிறுவனமும் ஒன்று. அந்நிறுவனம், மிகப் பெரிய அளவில் இருந்த,

நீண்ட நாட்கள் உழைக்கக்கூடிய காப்பியர்களைப் பெருநிறுவனங்களுக்கு விற்பனை செய்து வந்தது. அதில் போட்டி கடுமையாக இருந்ததால், கேனன் தன் வாடிக்கையாளர்களை மாற்ற நினைத்தது. அதனால், அது காப்பியர்களைப் பயன்படுத்துபவர்களை மனத்தில் வைத்து ஓர் உத்தியை வடிவமைத்தது. அதன் விளைவாக உருவானதுதான் டெஸ்க்டாப் காப்பியர்கள். கேனனைப் பொறுத்தவரை அது ஒரு நீலக் கடல்.

அத்தியாயம் பதினெட்டு

போட்டியாளர்களை நீங்களே தேர்ந்தெடுங்கள்

உங்களுடைய உத்தியைத் தேர்ந்தெடுத்தல் என்பது உங்களுடைய போட்டியாளரைத் தேர்ந்தெடுத்தலாகும். உங்களுடைய விற்பனையின் அளவு, நீங்கள் விற்கின்ற பொருளின் விலை, உங்களுடைய இலாபம், உங்களுடைய சந்தைப் பங்கு, உங்களுடைய வளர்ச்சி வேகம் போன்ற அனைத்தையும் உங்களுடைய போட்டியாளர்தான் தீர்மானிக்கிறார்.

போரில், உங்களுடைய எதிரி யார், அவர் என்ன செய்யக்கூடும் ஆகியவை குறித்த விபரங்கள் இல்லையென்றால், உங்களால் எந்த உத்தியையும் உருவாக்க முடியாது. அது தொழிலுக்கும் பொருந்தும். உங்களுடைய போட்டியாளர்கள் என்ன செய்யக்கூடும் என்பதுதான் உங்களுடைய தொழில் உத்தி

வடிவமைப்பின் தலையாய அம்சமாக விளங்க வேண்டும் என்று மைக்கேல் போர்ட்டர் சுட்டிக்காட்டுகிறார்.

உங்களுடைய போட்டியாளர்களை அடையாளம் காணுங்கள்

இன்று உங்களுடைய பொருட்களுக்கு அல்லது நீங்கள் அளிக்கின்ற சேவைகளுக்குப் போட்டியாக விளங்குவது எது? உங்களுடைய முக்கியமான போட்டியாளர்கள் யார்? உங்களுடைய சிறிய போட்டியாளர்கள் யார்?

உங்களுடைய போட்டியாளர் வேறு என்னவாக இருக்கிறார்? உங்களிடமிருந்து ஒரு பயனையோ அல்லது அனுகூலத்தையோ பெறுவதற்கு உங்களுடைய வாடிக்கையாளர் உங்களிடம் ஒரு குறிப்பிட்டத் தொகையைக் கொடுக்க வேண்டும் என்று நீங்கள் அவரிடம் கேட்கிறீர்கள் என்பதால், அந்த வாடிக்கையாளரால், அதே தொகையைக் கொடுத்து, வேறு எங்கு, அதே அளவோ அல்லது அதைவிட மேம்பட்டப் பயனையோ அல்லது அனுகூலத்தையோ பெற முடியும்? இது மிக மிக முக்கியமானதொரு கேள்வி.

நான் ‘கார்னிவல் குரூஸ் லைன்ஸ்’ என்ற நிறுவனத்திற்கு உதவிக் கொண்டிருந்தபோது, நான் அந்த நிறுவனத்தின் உயரதிகாரிகளிடம், அவர்களுடைய முக்கியமான போட்டியாளர்கள் யார் என்று கேட்டேன். தாங்கள் வேறு எந்தக் கப்பல் நிறுவனத்துடனும் போட்டி போட்டுக் கொண்டிருக்கவில்லை என்று அவர்கள் தெரிவித்தனர். உல்லாசக் கப்பல் பயணம் நாளுக்கு நாள் அதிகரித்துக் கொண்டிருந்ததால், அவர்களுடைய தொழிலும் தொடர்ந்து வளர்ச்சியடைந்து கொண்டிருந்தது.

தங்களுடைய முக்கியமான போட்டி என்பது ‘தரைவழி உல்லாசப் பயணங்கள்தாம்’ என்று

அவர்கள் தெரிவித்தனர். உல்லாசக் கப்பல் பயணங்களுக்கு மாற்றாக அல்லது அவற்றுக்குப் பதிலாக அவை அமைந்திருந்தன. தரைவழி உல்லாசப் பயணங்களைவிட, கப்பல் மூலமாக மேற்கொள்ளப்படுகின்ற உல்லாசப் பயணங்கள் மேம்பட்டவை என்ற கருத்தை முன்வைக்க அவர்கள் விரும்பினர்.

நிதியின் மாற்றுப் பயன்பாடுகள்

உங்களுடைய வாடிக்கையாளரிடமிருந்து நீங்கள் எதிர்பார்க்கின்ற பணத்தை அவர்கள் வேறு விஷயங்களுக்குச் செலவிட்டால், அவையும் உங்களுடைய போட்டிதான். வால்மார்ட்டின் நிறுவனர் சாம் வால்ட்டன் ஒரு முறை கூறியதுபோல, "எங்களுக்கு ஒரே ஒரு முதலாளிதான் இருக்கிறார். வாடிக்கையாளர்தான் அவர். தன்னுடைய பணத்தை வேறு எங்காவது செலவழிக்கத் தீர்மானிப்பதன் மூலம் அவரால் எங்களைத் தூக்கியெறிந்துவிட முடியும்."

உங்களுடைய வாடிக்கையாளரால் அதே தொகையைக் கொடுத்து, வேறு எங்கு, உங்களுடைய பொருள் அளிக்கின்ற அதே அளவோ அல்லது அதைவிட மேம்பட்டப் பயனையோ அல்லது அனுகூலத்தையோ பெற முடியும்? தன்னுடைய பணத்தை வேறு எங்கோ செலவழிக்கின்ற வாய்ப்பைப் பெற்றுள்ள ஒரு வாடிக்கையாளர் தன் பணத்தை உங்களிடம் செலவழிக்க அவரைத் தூண்டுகின்ற விதத்தில் மேம்பட்டதொரு பொருளை வழங்குகின்ற நிலைக்கு உங்களை உங்களால் எப்படி உயர்த்திக் கொள்ள முடியும்?

உங்களுடைய போட்டியாளரை நீங்களே தேர்ந்தெடுங்கள்

நீங்கள் உங்களுடைய பொருளையோ அல்லது நீங்கள் வழங்குகின்ற சேவையையோ தேர்ந்தெடுப்பதன் மூலம் நீங்கள் உங்களுடைய போட்டியாளரையும் தேர்ந்தெடுக்கிறீர்கள். வேறு ஒருவருடன் அல்லது வேறு ஒரு நிறுவனத்துடன் போட்டி போடத் தீர்மானிப்பதன் மூலம், உங்களால் உங்களுடைய தொழிலையே மாற்றிவிட முடியும். அதாவது, உங்களுடைய போட்டியாளரைத் தேர்ந்தெடுப்பதன் மூலம் உங்களால் உங்களுடைய தொழிலையே முற்றிலுமாக மாற்றிவிட முடியும்.

நீங்கள் உங்களுடைய பெரிய மற்றும் சிறிய போட்டியாளர்களை அடையாளம் கண்டுகொண்ட பிறகு, அமைதியாக அமர்ந்து அவர்களுடைய பலங்களையும் பலவீனங்களையும் அலசுங்கள். அடுத்து, உங்களுடைய சொந்த பலங்களையும் பலவீனங்களையும் அலசுங்கள். போட்டியாளரோடு ஒப்பிடுகையில் அவர்களால் வீழ்த்தப்படக்கூடிய விதத்தில் நீங்கள் எந்த இடத்தில் பலவீனமாக இருக்கிறீர்கள்? அதேபோல, உங்களால் வீழ்த்தப்படக்கூடிய விதத்தில் அவர்கள் எந்த இடத்தில் பலவீனமாக உள்ளனர்?

உங்களை ஒரு மேம்பட்டத் தேர்ந்தெடுப்பாக ஆக்கிக் கொள்ளுங்கள்

உங்களுடைய போட்டியாளர்களின் பொருட்களோடு ஒப்பிடுகையில் உங்களுடைய பொருட்கள் வாடிக்கையாளர்களுக்குத் தெளிவாக மேம்பட்டவையாகத் தெரிவதற்கு நீங்கள் அவற்றை எப்படி நிலைநிறுத்த வேண்டும்? உங்களுடைய வாடிக்கையாளர்கள் உங்களுடைய போட்டியாளர்கள்

பக்கம் போகாமல் உங்கள் பக்கம் நோக்கி அவர்களைக் கவர்ந்திழுப்பதற்கு நீங்கள் எதைக் கூடுதலாகச் செய்ய வேண்டும், எதைக் குறைவாகச் செய்ய வேண்டும்? உங்களுடைய பொருட்கள் உங்களுடைய வாடிக்கையாளர்களுக்கு வசீகரமாகத் தோன்றுவதற்கு நீங்கள் எதைப் புதிதாகத் தொடங்க வேண்டும் அல்லது எதை நிறுத்த வேண்டும்?

இக்கேள்விகளுக்கான பதில்களை உணர்ச்சிவசப்படாமல் நிதானமாக அலசி ஆராயுங்கள். வெறுமனே நீங்கள் உங்களுடைய போட்டியாளர்களைவிட மேம்பட்டவர் என்று கூறாதீர்கள். ஆசுவாசமாக அமர்ந்து பதில்களைப் பட்டியலிடுங்கள். பின் உங்களுடைய வாடிக்கையாளர்கள் மற்றும் வாடிக்கையாளர்களாக ஆக வாய்ப்புள்ளவர்களிடம் சந்தை ஆய்வு ஒன்றை மேற்கொண்டு, உங்களுடைய முடிவுகள் சரியானவைதானா என்பதைச் சரிபார்த்துக் கொள்ளுங்கள்.

நீங்கள் வந்தடைந்துள்ள முடிவுகள் சரியானவைதானா என்பதைச் சோதிப்பதற்கான ஒரே வழி சந்தை ஆய்வு மட்டும்தான். உங்களுடைய விற்பனையும் இலாபமும் தொடர்ந்து அதிகரித்துக் கொண்டே இருக்கின்றபோது மட்டும்தான், நீங்கள் உங்களுடைய பொருட்களைச் சரியான விலையில் சரியான அனுகூலத்துடன் உங்களுடைய வாடிக்கையாளர்களுக்கு வழங்கிக் கொண்டிருக்கிறீர்கள் என்று உத்தரவாதமாகச் சொல்ல முடியும்.

அத்தியாயம் பத்தொன்பது

ஒட்டுமொத்த நிறுவனத்தையும் ஈடுபடுத்துங்கள்

தொழில் உத்தியை அமல்படுத்தும்போது, அதில் மொத்த நிறுவனமும் ஐக்கிய உணர்வுடன் ஈடுபடுத்தப்பட வேண்டும். அந்த உத்தியில் அனைவரும் நம்பிக்கை வைத்திருக்க வேண்டும். தங்களுடைய வேலை மற்றும் செயல்நடவடிக்கையில் அதன் தாக்கம் எப்படி இருக்கும் என்பதை அவர்கள் புரிந்து வைத்திருக்க வேண்டும். அந்த நிறுவனத்தின் பல்வேறு துறைகளின் இலக்குகளும் செயல்திட்டங்களும் இதனோடு ஒருங்கிணைக்கப்பட்டிருக்க வேண்டும். அலெக்சாண்டரின் படை இத்தகைய ஒருங்கிணைந்த செயல்பாட்டிற்குப் பெயர் போனது. அவருடைய படைவீரர்கள் எப்போதும் ஒருவருக்கொருவர் ஆதரவாகச் செயல்பட்டனர்.

அதற்கு நேர்மாறாக, டாரியஸின் படை பல சிறிய படைகளின் ஒரு கூட்டாக அமைந்திருந்தது. அதில் இடம்பெற்றிருந்தவர்கள், கலாச்சாரத்தால், மொழியால், இராணுவப் பாரம்பரியத்தால், மற்றும் பயிற்சியின் அளவால் வெகுவாக வேறுபட்டிருந்தனர். மொழி வேறுபாட்டால் தங்களுக்கு அருகே இருந்தவர்களுடன் பேசக்கூட முடியாத நிலையில்தான் அவருடைய படைவீரர்களில் பலர் இருந்தனர். அலெக்சாண்டரின் உத்தியால் டாரியஸின் படை நிலைகுலைந்தபோது, அவர்களை ஒருங்கிணைக்கக்கூடிய சூழல் அங்கு நிலவவில்லை. அதனால் அப்படைக்குப் பேரழிவு ஏற்பட்டது.

அலெக்சாண்டரின் படையில் நிலவியது போன்ற ஐக்கியம் உங்களுடைய நிறுவனம் முழுவதும் பரவியிருக்க வேண்டும். சுவீகரிக்கப்பட்டுள்ள உத்தி வெற்றி பெறுவதற்கு அனைவரும் தங்களை அர்ப்பணித்துக் கொள்ள வேண்டும். உங்களுடைய ஊழியர்கள் ஒருவருக்கொருவர் பரஸ்பரம் உதவிக் கொள்ள வேண்டும்.

ஒரு நிறுவனத்தின் ஊழியர்கள் அர்ப்பணிப்புடன் ஒருவருக்கொருவர் ஆதரவாகச் செயல்படும்போது, போரிடுகின்ற ஒரு சக்தியாக அவர்கள் உருவாகின்றனர். அது போட்டியாளர்களுக்கு எதிராக உங்களுக்குப் பெரும் அனுகூலத்தைக் கொடுக்கிறது. குழுவாகச் செயல்படுவதோடு சேர்த்து, அவர்கள் தங்களுடைய தனிப்பட்ட வேலையிலும் அர்ப்பணிப்புடன் செயல்படுவதால், அவர்கள் படைப்பாற்றலுடனும் புத்தாக்க உணர்வுடனும் இயங்குவர்.

ஒன்றிணைந்து செயல்படும் குழுக்கள்

உங்களுடைய நிறுவனத்தில் பல துறைகளும் பல்வேறு பிரிவுகளும் இருக்கலாம். உங்களுடைய நிறுவனத்தின் பல துறைகள் ஐக்கிய உணர்வுடன்

செயல்படவில்லை என்றால், நிறுவனத்தின் தொழில் உத்தி தடம் புரண்டுவிடும். நிறுவன ஒருங்கிணைப்பிற்காக நீங்கள் மேற்கொள்ள வேண்டிய மூன்று தீர்மானங்கள் குறித்து, 'மேக்கிங் ஸ்ரேட்டஜி வொர்க்' என்ற தன்னுடைய நூலில் வார்ட்டன் பேராசிரியர் லாரன்ஸ் கிரெபினியாக் பேசுகிறார்.

முதலாவது, சகசார்பு. உங்களுடைய நிறுவனத்தின் துறைகள் எந்த அளவுக்கு சகசார்புடன் செயல்பட அனுமதிக்கப்பட வேண்டும் என்பதை நீங்கள் தீர்மானிக்க வேண்டும். சகசார்பில் மூன்று வகைகள் இருக்கின்றன. முதலாவது, கூட்டுச் சகசார்பு. அதில் துறைகள் தன்னிச்சையாகச் செயல்படுவதற்கான சுதந்திரம் வழங்கப்பட்டிருக்கும். அதனால், துறைகள் அல்லது பிரிவுகளுக்கு இடையே சகசார்பு அந்த அளவுக்குத் தேவைப்படாததால் குறைவான ஒருங்கிணைப்பே நிலவும். அடுத்தது, தொடர் சகசார்பு. இதில் துறைகளுக்கு இடையே கூடுதல் பரஸ்பர உதவி தேவைப்படும். ஒரு துறையின் செயல்பாடு மற்றொரு துறையின் செயல்பாட்டின்மீது தாக்கம் ஏற்படுத்தும் என்பதுதான் அதற்குக் காரணம். அதற்கு அடுத்தது, பரஸ்பர சகசார்பு. இதில் துறைகளுக்கு இடையே உச்சகட்டச் சார்பு நிலவும். ஏனெனில், இதில், ஒரு துறை மற்றொரு துறையைப் பெருமளவு சார்ந்திருக்கும்.

இரண்டாவது, தகவல் பகிர்வு. உங்கள் நிறுவனத்தின் பல்வேறு பகுதிகள் தகவல்களையும் அறிவையும் எப்படிப் பகிர்ந்து கொள்ளப் போகின்றன என்பது தீர்மானிக்கப்பட வேண்டும். தகவல் பரிமாற்றத்தின் முக்கியத்துவம் குறித்து அதிகமாகக் கூறத் தேவையில்லை. நீங்கள் யாரிடம் பேசிக் கொண்டிருக்கிறீர்கள் என்பது குறித்துக் கவனமாக இருங்கள். அவர்கள் உங்களிடமிருந்து பெறுகின்ற அறிவை மெச்சுகிறார்களா என்பதை அறிந்து கொள்ளுங்கள். சில நேரங்களில் தொழில்நுட்ப விஷயங்கள் சரியான முறையில் எடுத்துரைக்கப்படுவதில்லை. சில நேரங்களில்

கலாச்சார இடைவெளிகள் குறுக்கே நிற்கக்கூடும்.

மூன்றாவது, பொறுப்புடைமை. நீங்கள் உங்களுடைய நிறுவனத்தில் இருப்பவர்களிடம் அவர்களுடைய பொறுப்புகள் என்ன என்பதை எடுத்துரைத்துவிட்டீர்களா? தாங்கள் எதற்குப் பொறுப்பானவர்கள் என்பது அவர்களுக்குத் தெளிவாகத் தெரியாவிட்டால், அவர்களிடமிருந்து சிறப்பான வேலையை உங்களால் எப்படி எதிர்பார்க்க முடியும்? பொறுப்புணர்வு இல்லாவிட்டால், அங்கு ஒத்துழைப்பும் ஒருங்கிணைந்த செயல்பாடும் சாத்தியப்படாது.

ஊழியர்களை ஊக்குவியுங்கள்

உங்கள் நிறுவனத்தின் தொழில் உத்தியில் உங்களுடைய ஊழியர்கள் அனைவரையும் பங்கேற்க வைப்பதற்கு, நீங்கள் அவர்களுக்குச் சரியான ஊக்குவிப்பை வழங்க வேண்டும். சரியான ஊக்குவிப்புகள் எப்படி இருக்க வேண்டும் என்பது குறித்து லாரன்ஸ் கிரெபினியாக் சில கருத்துகளை முன்வைக்கிறார்: ஊக்குவிப்புகள் ஊழியர்களை ஊக்கமிழக்கச் செய்பவையாக இருக்கக்கூடாது (எடுத்துக்காட்டு: சாதனைகளோடு பின்னப்பட்டுள்ள ஊக்குவிப்புகள்); ஊக்குவிப்புகள் உத்திசார் இலக்குகளைக் கொண்டிருக்க வேண்டும்; ஊக்குவிப்புகள் சரியான செயல்களைச் செய்வதற்கு வெகுமதியளிப்பவையாக இருத்தல் வேண்டும்.

ஊக்குவிப்புகள் தவிர, கட்டுப்பாட்டு அமைப்புமுறை ஒன்றும் இருத்தல் வேண்டும் என்று லாரன்ஸ் கூறுகிறார். நீங்கள் வகுத்துள்ள உத்திக்கு உங்களுடைய ஊழியர்கள் எந்த அளவுக்கு ஆதரவளித்துக் கொண்டிருக்கிறார்கள் என்பது குறித்தப் பின்னூட்டக்கருத்துகளைக் கட்டுப்பாட்டு அமைப்புமுறை உங்களுக்குத் தெரிவிக்கும். கட்டுப்பாடுகள் சிறப்பாகச் செயல்பட்டுக்

கொண்டிருக்கின்றன என்பதை உறுதி செய்வதற்கு நீங்கள் கீழ்க்கண்டவற்றைச் செய்ய வேண்டும்:

- அதைச் செயல்படுத்துபவர்களுக்கு வெகுமதி அளியுங்கள்.
- கசப்பான உண்மைகளை எதிர்கொள்ளத் தயங்காதீர்கள்.
- ஊழியர்களின் பொறுப்புகளை வரையறுங்கள்.
- முக்கியமான தகவல்களைச் சரியான நேரத்தில் பெறுவதற்கு ஏற்பாடு செய்யுங்கள்.
- உங்களுடைய ஊழியர்களுடன் நேர்மையான உறவுகளை வளர்த்துக் கொள்ளுங்கள்.
- உத்தியின் செயலாக்கம் குறித்த மதிப்பாய்வுகளை மேற்கொள்ளுங்கள்.

நிறுவனம் முழுமைக்கும் உத்தியைப் பதிய வையுங்கள்

நிறுவனம் முழுமைக்கும் உங்களுடைய தொழில் உத்தியைப் பதிய வைப்பது உங்களுடைய இலக்காக இருக்க வேண்டும். அதற்கு உங்களுடைய ஊழியர்கள் அனைவரும் உங்களுடைய நிறுவனத்தின் தொழில் உத்தியைப் புரிந்து கொண்டிருக்க வேண்டும், அதை ஏற்றுக் கொண்டிருக்க வேண்டும், அதற்கு ஆதரவளிக்க வேண்டும்.

சில தொழில் தலைவர்கள் தங்களுடைய நிறுவனத்தில் தொழில் உத்தி படிப்படியாகக் கீழ்நோக்கிச் செல்லுமாறு அதை வடிவமைக்கின்றனர். நிறுவனத்தின் முதன்மை நிர்வாக அதிகாரி, தொழில் உத்தியைத் தன் கீழ் இருக்கின்ற மேலாளர்களிடம் எடுத்துரைப்பார். அந்த மேலாளர்கள் தங்களுக்குக் கீழேயுள்ள துணை மேலாளர்களுக்கு அதை எடுத்துரைப்பர். அந்தத் துணை மேலாளர்கள் தங்களுக்குக் கீழேயுள்ள

ஊழியர்களுக்கு அதை விளக்குவர். இது இப்படிக் கடைநிலை ஊழியர்கள்வரை சென்றடையும்.

ஆனால், ஊழியர்களிடமிருந்து நீங்கள் முழுமையான ஈடுபாட்டைப் பெற விரும்பினால், அவர்களிடம் நேரடியாகப் பேசுங்கள். 350 நிறுவனங்களில் வேலை பார்த்து வந்த 60,000 நபர்களிடம் சார்ல்ஸ் கலூனிக் என்ற பேராசிரியர் ஓர் ஆய்வு மேற்கொண்டார். தங்களுடைய உடனடி மேலதிகாரிகளிடமிருந்து வருகின்ற உத்திசார் விஷயங்களை ஊழியர்கள் பெரிதாக நம்புவதில்லை என்று அந்த ஆய்வின் முடிவு வெளிப்படுத்தியது. அவர்கள் அதைத் தங்களுடைய நிறுவனத் தலைவர்களிடமிருந்து நேரடியாகத் தெரிந்து கொள்ளவே விரும்பினர். அதோடு, அந்த உத்தி குறித்தப் பின்னூட்டக்கருத்துகளை நேரடியாக அத்தலைவர்களிடம் தெரிவிக்கவே அவர்கள் ஆசைப்பட்டனர்.

நேரடியாக நிறுவனத்தின் தலைவர்களிடமிருந்து தகவல் பரிமாறப்படுவது இரண்டு காரணங்களால் முக்கியத்துவம் பெறுகிறது என்று சார்ல்ஸ் தெரிவிக்கிறார். முதலாவது, உத்திகளைத் தெளிவாக எடுத்துரைப்பது எளிதான காரியமல்ல. அதனால், உத்திகள் ஒருவரிடமிருந்து மற்றொருவருக்குக் கடத்தப்பட்டுக் கீழ்நோக்கி வருகின்றபோது, அது நீர்த்துப் போவதற்கும் குழப்பத்தை ஏற்படுத்துவதற்குமான வாய்ப்புகள் அதிகம்.

இரண்டாவது, ஒரு நிறுவனத்தின் தலைவர்களிடமிருந்து வருகின்ற தகவல்களுக்கு ஊழியர்கள் அதிக முக்கியத்துவம் கொடுப்பர். ஒரு நிறுவனத்தின் முதன்மை நிர்வாக அதிகாரி, நேரத்தை ஒதுக்கிக் கொண்டு களப் பணியாளர்களிடம் பேசுகிறார் என்றால், விஷயம் முக்கியமானதாக இருக்க வேண்டும் என்று அவர்கள் முடிவு கட்டுவர்.

அத்தியாயம் இருபது

வித்தியாசத்தை ஏற்படுத்துகின்ற நிர்வாகக் கட்டமைப்பு

உங்களுடைய நிறுவனம் எப்படிக் கட்டமைக்கப்பட்டிருக்கிறது? தீர்மானங்கள் ஒரு மைய அமைப்பிலிருந்து எடுக்கப்படுகின்றனவா அல்லது துறைகளுக்கும் பிரிவுகளுக்கும் அந்த அதிகாரம் பிரித்தளிக்கப்பட்டுள்ளதா? உங்கள் நிறுவனத்தின் செயல்பாடுகள் உலகெங்கும் பல இடங்களில் பரந்துபட்டு இருக்கின்றனவா அல்லது உங்களுடைய அனைத்துப் பிரிவுகளும் ஒரே இடத்திலிருந்து செயல்பட்டுக் கொண்டிருக்கின்றனவா?

பொதுவாக, நிறுவனத்தின் தலைவர்கள் தொழில் உத்தியைப் பற்றிச் சிந்திக்கின்றபோது, உற்பத்தி, சந்தைப்படுத்துதல் மற்றும் விற்பனை அம்சங்களை மட்டுமே அவர்கள் தங்கள் மனத்தில் இருத்துகின்றனர்.

ஆனால், தொழில் உத்தியின் வெற்றிகரமான அமலாக்கத்தில் உங்களுடைய நிறுவனத்தின் கட்டமைப்புக்குப் பெரும் பங்கு இருக்கிறது.

உங்கள் நிறுவனத்தின் தொழில் உத்தியை உங்கள் நிறுவனத்தின் கட்டமைப்போடு பிணைப்பதன் முக்கியத்துவத்தைப் பேராசிரியர் லாரென்ஸ் வலியுறுத்துகிறார். உங்கள் நிறுவனத்தின் தொழில் உத்தி, உங்கள் நிறுவனத்தின் கட்டமைப்போடு பிணைக்கப்பட்டிருக்காவிட்டால், மிகச் சிறந்த உத்திகூடத் தோல்வியைத் தழுவக்கூடும்.

லாரென்ஸ் இக்கேள்விகளை முன்வைக்கிறார்: உங்களுடைய உத்தியின் எந்தப் பகுதி நீங்கள் தேர்ந்தெடுத்துள்ள நிறுவனக் கட்டமைப்பின்மீது தாக்கம் ஏற்படுத்துகிறது? உங்களுடைய தொழில் உத்தியின் அமலாக்கத்தில் உங்கள் நிறுவனத்தின் கட்டமைப்பின் எந்தப் பகுதி முக்கியமானது?

எடுத்துக்காட்டாக, உங்கள் நிறுவனம், மக்கள் வழமையாகப் பயன்படுத்துகின்ற ஒரு பொருளை உற்பத்தி செய்வதாக வைத்துக் கொள்வோம். மலிவான விலையில் அந்தப் பொருளைத் தயாரிப்பதுதான் உங்கள் உத்தியாக இருக்கிறது. உங்களுடைய செயல்முறையில் சிலவற்றை ஒரே மாதிரியாக இருப்பதாக அமைத்துக் கொள்ள முடியுமா? உங்களுடைய அடக்க விலையைக் குறைப்பதற்கான வழிமுறைகள் என்னென்ன?

உங்களுடைய உத்தி, உங்கள் நிறுவனத்தைத் தனித்துவமிக்கதாக ஆக்குவதாக இருக்கலாம். அதற்கு நீங்கள் ஒரு குறிப்பிட்ட வகையான வாடிக்கையாளர்களுக்கு ஏற்றப் பொருட்களைத் தயாரிக்க வேண்டியிருக்கலாம். அல்லது, ஒரு குறிப்பிட்டச் சந்தைப் பகுதியில் நீங்கள் கண் பதித்திருக்கலாம். அதற்காக நீங்கள் உங்களுடைய நிறுவனத்தின் அதிகாரத்தைப் பரவலாக்க வேண்டியிருக்கலாம். அப்படிச் செய்தாலும், நீங்கள் அந்தத் துறைகளை ஒருங்கிணைத்துச் செயல்பட

வேண்டியிருக்கும்.

உங்கள் நிறுவனத்தைத் தனித்துவப்படுத்துவது உங்கள் உத்தியாக இருந்தால், நீங்கள் உங்களுடைய வசதியான வாடிக்கையாளர்கள் வாங்குகின்ற பொருளுக்கு ஒரு பிரிவையும், மலிவான பொருட்களை வாங்குகின்ற வாடிக்கையாளர்களின் தேவையை ஈடு செய்கின்ற பொருட்களுக்கு ஒரு பிரிவையும் உருவாக்கிக் கொள்ள வேண்டியிருக்கும்.

உங்கள் நிறுவனம் உலகளாவிய விதத்தில் வணிகச் செயல்பாடுகளில் ஈடுபட்டு வந்தால், உங்கள் நிறுவனக் கட்டமைப்பு உலகளாவிய பொருட்களைக் கணக்கில் எடுத்துக் கொள்ள வேண்டும். அதோடு, வெவ்வேறு புவியியல் பிரதேசங்களின் தனிவிருப்பங்களையும் நீங்கள் கணக்கில் எடுத்துக் கொள்ள வேண்டும். இரண்டையும் கவனித்துக் கொள்கின்ற விதத்தில் நீங்கள் கட்டமைப்பை உருவாக்கிக் கொள்ளலாம்.

மையப்படுத்தப்பட்டுள்ள கட்டமைப்புமுறை

கட்டமைப்பு தொடர்பாகப் பல நிறுவனங்கள் தம்மைத் தாமே கேட்டுக் கொள்ள வேண்டிய கேள்வி இதுதான்: அதிகாரங்களை மையத்தில் குவிக்க வேண்டுமா, கூடாதா? தீர்மானங்கள் எடுக்கின்ற உரிமையைத் தலைமையகத்தில் வைத்திருக்க வேண்டுமா அல்லது துறைகளிடமும் பிரிவுகளிடமும் அதை விட்டுவிட வேண்டுமா?

மையப்படுத்தப்படுதல் குறித்தத் தீர்மானத்தை எடுப்பதற்கு நீங்கள் மூன்று அடிப்படைக் கேள்விகளைக் கேட்க வேண்டும் என்று மெக்கின்சி காலாண்டிதழில் வெளிவந்த ஒரு கட்டுரை பரிந்துரைக்கிறது. மூன்று கேள்விகளுக்குமே 'இல்லை' என்ற பதில் கிடைத்தால், நீங்கள் மையப்படுத்துதலில் இறங்கக்கூடாது. அவற்றில் ஏதாவது ஒரு கேள்விக்கு 'ஆமாம்' என்ற பதில் கிடைத்தாலும் நீங்கள் மையப்படுத்துதலில் இறங்கலாம்.

1. மையப்படுத்துதல் கண்டிப்பாகத் தேவையா?

சில தீர்மானங்கள் சட்டப்படி ஒரு நிறுவனத்தின் முதன்மை நிர்வாக அதிகாரியால்தான் எடுக்கப்பட்டாக வேண்டும். ஆனால், பெரும்பாலான தீர்மானங்களை அந்த நிறுவனத்தில் உள்ளவர்களில் யார் வேண்டுமானாலும் எடுக்கலாம்.

2. மையப்படுத்துதல் பெருமளவு மதிப்புக்கூட்டுதலுக்கு வழிவகுக்குமா?

நீங்கள் உங்கள் நிறுவனத்தின் துறைசார் தலைவர்களிடமிருந்து அதிகாரத்தைப் பிடுங்கப் போகிறீர்கள் என்றால், அதற்கு ஒரு வலுவான நிதிசார் காரணம் இருந்தாக வேண்டும். உங்களுடைய தீர்மானத்தின் விளைவாகப் பத்து சதவீத வருவாய் அதிகரிப்பு ஏற்பட்டால் அது ஒரு வலுவான காரணமாக இருக்கும் என்று மெக்கின்சி கட்டுரை தெரிவிக்கிறது.

3. இதில் ஆபத்துகள் குறைவா?

நீங்கள் முதல் இரண்டு கேள்விகளுக்கும் 'இல்லை' என்று பதிலளித்திருந்து, அதற்குப் பிறகும் மையப்படுத்தலுக்கு நீங்கள் செல்ல விரும்பினால், அதில் ஆபத்துகள் குறைவு என்பது மட்டுமே காரணமாக இருக்க முடியும்.

உத்தி என்பது உச்சியில் உருவாக்கப்படுகிறது என்றாலும், ஒரு நிறுவனத்திலுள்ள அனைவராலும் அது சுவீகரித்துக் கொள்ளப்பட வேண்டும். முக்கியமான விஷயங்களை ஒரு நிறுவனத்தின் தலைமை அதிகாரி தன்னுடைய அனைத்து ஊழியர்களிடமும் நேரடியாகப் பகிர்ந்து கொள்ள வேண்டும் என்பதை நாம் முந்தைய அத்தியாயத்தில் பார்த்தோம்.

ஆனால், தொழில் உத்தியின் அமலாக்கத்தைப் பொறுத்தவரை, அந்த உத்தி தொடர்பான மையத் தீர்மானங்கள் கவனமாக எடுக்கப்பட வேண்டும். மேற்கண்ட மூன்று கேள்விகளுக்கும் 'ஆமாம்' என்று நீங்கள் பதிலளித்திருந்தாலொழிய, உத்தியின் அமலாக்கம் தொடர்பான தீர்மானங்கள் எடுக்கின்ற பொறுப்பை, துறைகள் மற்றும் பிரிவுகளிடமே ஒப்படைத்துவிடுவதுதான் சிறந்தது. ஆனால், அது சரியாக அமலாக்கப்பட்டுக் கொண்டிருக்கிறதா என்பதை நீங்கள் தொடர்ந்து உன்னிப்பாகக் கவனித்து வர வேண்டும்.

அத்தியாயம் இருபத்தொன்று

உத்திகளைச் செயல்படுத்துவதிலுள்ள ஐந்து நிலைகள்

கெப்னர் டிரெகோ என்ற சர்வதேச ஆலோசனை நிறுவனத்தின் இணை நிறுவனரான பெஞ்சமின் டிரெகோவும், அந்நிறுவனத்தின் தலைவரான மைக் ஃபிரீட்மேனும், உத்திகளைச் செயல்படுத்துவதற்கான ஐந்து நிலைகளை உருவாக்கியுள்ளனர்.

1. உத்திசார் தகவல் சேகரிப்பு மற்றும் அலசல்

நான் முன்பே கூறியபடி, உத்தி என்பது சரியான கேள்விகளைக் கேட்பது தொடர்பானது. இந்த நிலையில், முதலில், எந்தக் கேள்விகளைக் கேட்க

வேண்டும் என்பது உங்களுக்குத் தெரிந்திருக்க வேண்டும். பிறகு அந்தக் கேள்விகளுக்கான விடைகளைப் பெறுவதற்கு உங்களுக்கு உதவக்கூடிய தரவுகளை நீங்கள் பெற வேண்டும். முன்னெப்போதையும்விட இன்று அதிகமான தரவுகள் நமக்குக் கிடைக்கின்றன. அவற்றில் எவற்றைப் பயன்படுத்திக் கொள்ள வேண்டும், எவற்றை விட்டுத்தள்ள வேண்டும் என்பதை அறிந்து கொள்வதில்தான் சூட்சுமம் இருக்கிறது.

உங்களுடைய தொழில் தொடர்பான போக்குகளை நிர்ணயிக்க உதவுகின்ற தரவுகளை நீங்கள் எடுத்துக் கொள்ள வேண்டும், மற்ற அனைத்துத் தரவுகளும் விட்டுத்தள்ளப்பட வேண்டும்.

உங்களுடைய தொழிலின் வருங்காலம் குறித்துச் சிந்திக்கின்றபோது, புறச் சூழலிலிருந்து தொடங்குங்கள். சமூகத்தில், அரசாங்கத்தில், அரசியலில் மற்றும் தொழில்நுட்பத்தில் இன்று நிலவுகின்ற போக்குகளில் உங்களுக்குப் பொருத்தமாக இருக்கின்ற போக்குகள் எவை? அடுத்து, உங்களுடைய வாடிக்கையாளர்கள் மற்றும் உங்களுக்குப் பொருட்களை விநியோகிப்பவர்கள் குறித்தப் போக்குகள் எப்படி இருக்கின்றன என்று பாருங்கள். அதற்கடுத்து, உங்களுடைய சந்தை மற்றும் வாடிக்கையாளர்கள் சேவை குறித்தப் போக்குகள் எப்படி இருக்கின்றன என்று பாருங்கள். அவை வருங்காலத்தில் எப்படி இருக்கும்? உங்களுடைய தொழிற்துறை எத்தகைய மாற்றங்களுக்கு உட்படக்கூடும்?

அதையடுத்து, உங்கள் நிறுவனத்திற்கு உள்ளேயே இருக்கின்ற தரவுகளின் பக்கம் கவனத்தைத் திருப்புங்கள். உங்களுடைய விற்பனைப் பொருட்களில் எவை சிறப்பாக விற்பனையாகின்றன? எவை மோசமாக விற்பனையாகின்றன? அதற்கு என்ன காரணம்? எந்தச் சந்தையில் நீங்கள் வெற்றிகரமாகத் திகழ்கிறீர்கள்? அதற்கு என்ன காரணம்?

அடுத்து, உங்களுடைய பழைய உத்திகளை விலாவாரியாக அலசுங்கள். எந்த உத்திகள் சிறப்பாக

வேலை செய்துள்ளன? எவை வேலை செய்யவில்லை? எந்த உத்திகளுக்கு உங்களுடைய ஊழியர்களிடமிருந்து ஆதரவு கிடைத்துள்ளது? எவற்றுக்குக் கிடைக்கவில்லை? முந்தைய உத்திகளை நீங்கள் எவ்வளவு சிறப்பாக அமல்படுத்தியிருந்தீர்கள்?

முடிந்த அளவு தரவுகளைத் திரட்டி, அடுத்த நான்கு நிலைகளுக்கான அடித்தளத்தை உருவாக்கிக் கொள்வதுதான் இங்கு நம் இலக்கு. வருங்காலத்தில் புறச் சூழல் மற்றும் அகச் சூழல் போக்குகள் எப்படி இருக்கும் என்பது குறித்த அனுமானத்திற்கு வருவதற்கான தரவுகள் இங்குச் சேகரிக்கப்படுகின்றன. அப்போதுதான் அவற்றின் அடிப்படையில் அச்சூழல்களில் வெற்றி பெறுவதற்கு என்ன செய்ய வேண்டும் என்பது புலனாகும். நீங்கள் பயணிக்கவிருக்கின்ற பாதையில் ஏற்படக்கூடிய இடர்பாடுகளை மட்டுமல்லாமல், முன்னேறுவதற்கான சாத்தியக்கூறுகளையும் அடையாளம் காண்பதற்கு இது உதவும்.

2. உத்தி உருவாக்கம்

இங்கு நீங்கள் பின்பற்றப் போகின்ற உத்தி ஒன்றை நீங்கள் தேர்ந்தெடுப்பீர்கள். ஒரு காலக்கெடுவுடன் அதைத் தொடங்குங்கள். எந்தவோர் உத்திக்கும் ஒரு முடிவுப் புள்ளி இருந்தாக வேண்டும். நீங்கள் வருங்காலத்தைப் பற்றிப் பேசுகின்றபோது, எதிலிருந்து எதுவரையிலான காலத்தைப் பற்றி நீங்கள் பேசிக் கொண்டிருக்கிறீர்கள்?

உங்களுடைய காலக்கெடு, உங்கள் நிறுவனத்திற்கு உள்ளேயும் வெளியேயும் நிலவும் சூழல்களைச் சார்ந்திருக்கும். உங்களுடைய துறையில் வரவிருக்கின்ற புதிய விதிமுறைகள் அல்லது புதிய மாற்றங்கள், நீங்கள் உங்களுடைய உத்தியை ஒரு குறிப்பிட்டக் காலக்கெடுவுக்குள் நிறைவேற்றுவதற்கு உங்களை வற்புறுத்தும்.

மற்றொரு முக்கியமான காரணி, உங்கள் நிறுவனத்தில் நிலவிக் கொண்டிருக்கின்ற அடிப்படை நம்பிக்கைகள். நீங்கள் உருவாக்கவிருக்கின்ற உத்தி, உங்கள் நிறுவனம் கொண்டுள்ள நம்பிக்கைகளையும் விழுமியங்களையும் கணக்கில் எடுத்துக் கொள்ள வேண்டும். உங்களுடைய அன்றாட நடவடிக்கைகளையும் உங்கள் நிறுவனத்தின் கலாச்சாரத்தையும் உங்கள் நிறுவனத்தின் நம்பிக்கைகளும் விழுமியங்களும்தாம் வழிநடத்தும்.

உங்களுடைய நம்பிக்கைகளை அறிந்து கொண்டு, காலக்கெடுவை நிர்ணயித்துக் கொண்ட பிறகு, உங்களுடைய நிறுவனத்தை முடுக்கிவிடுகின்ற உந்துசக்தியை நீங்கள் தீர்மானிக்கலாம். உந்துசக்திதான் இந்த இரண்டாவது கட்டத்தின் மையமாக இருக்கும். நீங்கள் எத்தகைய பொருட்களை உங்களுடைய வாடிக்கையாளர்களுக்கு வழங்கவிருக்கிறீர்கள், எந்தச் சந்தையில் நீங்கள் இயங்கவிருக்கிறீர்கள் போன்றவற்றை இந்த உந்துசக்திதான் எடுத்துரைக்கும். நாம் உந்துசக்தியைப் பற்றி ஒன்பதாவது அத்தியாயத்தில் விரிவாகப் பார்த்துவிட்டோம்.

நீங்கள் உங்களுடைய உந்துசக்தியைத் தேர்ந்தெடுத்துக் கொண்டவுடன், உங்களுடைய உற்பத்திப் பொருட்களையும், நீங்கள் குறி வைத்துள்ள சந்தையையும் உங்களுடைய உந்துசக்தியோடு பிணைக்க வேண்டும். நீங்கள் ஒரே நேரத்தில் புதிய பொருளையும் புதிய சந்தையையும் கையாள விரும்ப மாட்டீர்கள். நீங்கள் உங்களுடைய வெற்றிச் சந்தைகளைத் தொடர்ந்து பராமரித்துக் கொண்டிருக்கின்றபோது, உங்களுடைய உந்துசக்தி உங்களுடைய முன்னுரிமைகளை முடிவு செய்ய அனுமதியுங்கள். உங்களுடைய உற்பத்திப் பொருட்கள் உந்துசக்தியாகத் திகழ்கின்றபோது, நீங்கள் வெற்றிகரமான விற்பனைப் பொருட்களைக் கொண்டிருப்பீர்கள். அந்தப் பொருட்களைப் புதிய சந்தைகளில் விற்பதன் மூலம் வளர்ச்சி ஏற்படும்.

சந்தையின் தேவை உந்துசக்தியாகத் திகழ்கின்றபோது, நீங்கள் சந்தையில் கவனத்தைக் குவித்துப் புதிய பொருட்களை உருவாக்குவீர்கள்.

அடுத்து, உத்திக்கான நிதி இலக்குகள் நிர்ணயிக்கப்பட வேண்டும். உங்களுக்கு எவ்வளவு இலாபம் கிடைக்கும் என்று நீங்கள் எதிர்பார்க்கிறீர்கள்? உங்களுடைய விற்பனை வருவாய் எப்படி இருக்கும்?

அதற்கடுத்து, நீங்கள் ஓர் அட்டவணையைத் தயார் செய்ய வேண்டும். அதில் குறுக்குவசமாகப் பொருட்களையும் நெடுக்குவசமாகச் சந்தையையும் குறிப்பிடுங்கள். பொருட்களை, தற்போதைய பொருட்கள், மாறுதலுக்கு உள்ளான பொருட்கள், புதிய பொருட்கள் ஆகிய உப குழுக்களாக மேலும் பிரித்துக் கொள்ளுங்கள். அதுபோலவே, சந்தையையும், தற்போதைய சந்தை, மாறுதலுக்குள்ளான சந்தை, புதிய சந்தை ஆகிய உப குழுக்களாக மேலும் பிரித்துக் கொள்ளுங்கள். இப்போது அந்தக் கட்டங்கள் ஒவ்வொன்றிலும், அவற்றின் முக்கியத்துவத்தைப் பொறுத்து, 'பின்பற்றத்தக்கது,' 'பொருத்தமற்றது,' 'பின்பற்றத்தக்கது அல்ல' ஆகிய மூன்றில் ஏதாவது ஒன்றை எழுதிக் கொள்ளுங்கள். இப்போது நீங்கள் எளிதாகப் பின்பற்றத்தக்க ஒரு வரைபடம் தயார்.

3. உத்திசார் திட்டமிடுதல்

இந்த நிலையில், சாத்தியமுள்ள முக்கியமான திட்டங்களைக் குறித்துக் கொள்ள வேண்டும். தற்போது நடைமுறையில் இருக்கின்ற விரிவாக்கத் திட்டங்களையும் அதில் சேர்த்துக் கொள்ளலாம். இதற்கு, இரண்டாவது நிலையில் உருவாக்கப்பட்டிருந்த அட்டவணையை நீங்கள் அடித்தளமாகப் பயன்படுத்திக் கொள்ளலாம். அடுத்து, நீங்கள் ஒவ்வொரு திட்டத்தையும் அலசி ஆராய்ந்து அவற்றை முன்னுரிமைப்படுத்த வேண்டும். அத்திட்டங்கள்தாம் உங்களுடைய உத்திக்கான

செயல்திட்டங்கள்.

4. உத்தியின் அமலாக்கம்

இது கடினமானதொரு நிலை. நீங்கள் திட்டங்களை அமல்படுத்துகின்றபோது, அவற்றின் விபரங்களில் கவனம் செலுத்துங்கள். வளங்கள் மேலும் பெருகுகின்றபோது, திட்டங்களை அதிகப்படுத்திக் கொள்ளுங்கள். அனைத்துமே அமலாக்கத்தின்மீது தாக்கம் ஏற்படுத்தும். உங்களிடம் சரியான நிறுவனக் கட்டமைப்பு இருக்கிறதா? தகவல்கள் யாரைச் சென்றடைய வேண்டுமோ அவர்களைச் சென்றடைகின்றனவா?

இந்த நிலையில் நீங்கள் ஆராய வேண்டிய ஒரு முக்கியமான அம்சம் உங்களுடைய நிறுவனக் கலாச்சாரம். உங்களுடைய நிறுவனக் கலாச்சாரமும் நீங்கள் வகுத்துள்ள உத்தியும் ஒத்திசைவாக இருக்கின்றனவா? உங்களுடைய பொருட்கள், சந்தைகள், மற்றும் நிதிசார் இலக்குகள் தொடர்பாக நீங்கள் மேற்கொண்ட தீர்மானங்களை உங்கள் நிறுவனத்தின் நம்பிக்கைகளும் விழுமியங்களும் ஆதரிக்கின்றனவா? உங்களுடைய செயலாக்க இலக்குகளை அவதானியுங்கள். நீங்கள் வகுத்துள்ள உத்திசார் இலக்குகளை உங்களுடைய ஊழியர்கள் சாதிப்பதை ஊக்குவிக்கின்ற விதத்தில் நீங்கள் வெகுமதி வழங்கிக் கொண்டிருக்கிறீர்களா?

உத்தியின் அமலாக்கம் எனும் புதிர்க்கட்டத்தின் கடைசித் துண்டுதான் கருத்துப் பரிமாற்றம். உங்களுடைய உத்தி குறித்தத் தகவல்களை நீங்கள் வெற்றிகரமாகக் கடத்தாவிட்டால், உங்களுடைய உத்தி பாதி வழியிலேயே மரித்துவிடும்.

5. கண்காணிப்பு, மதிப்பாய்வு, மற்றும் புதுப்பிப்பு

உங்களுடைய உத்தியைத் தொடர்ச்சியாக கண்காணித்துக் கொண்டும், அதை மதிப்பாய்வு செய்து கொண்டும், புதுப்பித்துக் கொண்டும் இருப்பதுதான் இந்தக் கடைசி நிலை. ஒருபோதும் சோர்ந்து போய்விடாதீர்கள். உங்களுடைய உத்தியை நீங்கள் உன்னிப்பாகக் கண்காணித்துக் கொண்டிருக்காவிட்டால், நன்றாகச் சென்று கொண்டிருக்கும் உத்தியின் அமலாக்கம் திடீரென்று தடம் புரண்டுவிடும். உங்களுடைய ஊழியர்கள் தங்களுடைய உத்திசார் இலக்குகளை அடைந்து கொண்டிருக்கிறார்களா? உத்திசார் திட்டங்கள் அவற்றுக்குரிய காலக்கெடுவுக்குள் நிறைவேற்றப்பட்டுக் கொண்டிருக்கிறனவா? அவை எதிர்பார்த்த விளைவுகளை அளித்துக் கொண்டிருக்கின்றனவா? விஷயங்கள் மாறிக் கொண்டே இருக்கும். புறச் சூழலிலுள்ள ஏதோ ஒன்று மாறினால், நீங்கள் உங்களுடைய உத்தி தொடர்பாக முன்பு மேற்கொண்டிருந்த தீர்மானங்களை மறுபரிசீலனை செய்ய வேண்டியிருக்கும். அதோடு, நீங்கள் உத்தியை வடிவமைத்தபோது மேற்கொண்டிருந்த அனுமானங்களில் சில தவறாகப் போயிருக்கலாம். அப்படி நேர்கின்றபோது, நீங்கள் உங்களுடைய உத்தியைச் சற்று மாற்றிக் கொள்ள வேண்டியிருக்கலாம் அல்லது ஒரு புதிய திசையை நோக்கி நகர வேண்டியிருக்கலாம்.

இதை ஒருபோதும் மறக்காதீர்கள்: ஓர் உத்தியாளரின் வேலை ஒருபோதும் நிறைவடைவதில்லை.

PSV குமாரசாமி

இவர் ஒரு கவிஞர். மொழிபெயர்ப்பாளர். சுற்றுச்சூழல் ஆர்வலர். மலையேற்றப் பயிற்றுவிப்பாளர். புகைப்படம் எடுப்பதில் அலாதி ஆர்வம் உடையவர். ஊர் சுற்றுவதில் ஏக விருப்பமுடையவர். இவரது பல்லாண்டுகால மொழிபெயர்ப்பு அனுபவத்தில் எண்பதுக்கும் மேற்பட்ட நூல்கள், எண்ணற்றக் கட்டுரைகள் மற்றும் கவிதைகள் வெளிவந்துள்ளன. இலக்கியம், சுயமுன்னேற்றம், சுற்றுச்சூழல், பொருளாதாரம், அறிவியல் போன்ற பல்வேறு துறைகள் தொடர்பான நூல்கள் அவற்றில் அடங்கும்.

ரோன்டா பைர்னின் உலகப் புகழ்பெற்ற நூலான 'இரகசியம்', டோனி ஜோசஃபின் 'ஆதி இந்தியர்கள்', ஸ்டீபன் ஹாக்கிங்கின் 'ஆழமான கேள்விகள் அறிவார்ந்த பதில்கள்' போன்றவை இவருடைய மொழியாக்கத்தில் வெளிவந்துள்ள நூல்களில் குறிப்பிடத்தக்கவை.

இவர் தன் மனைவி திருமதி நாகலட்சுமி சண்முகம் அவர்களுடனும் தன் மகன்கள் இருவருடனும் தற்போது மும்பையில் வசித்து வருகிறார்.

நூலாசிரியர்

பிரையன் டிரேசி

உலகில் இன்று தலைசிறந்த வியாபாரப் பேச்சாளர்களில் ஒருவராகத் திகழ்பவர் பிரையன் டிரேசி. 75 நாடுகளைச் சேர்ந்த 1,000க்கும் அதிகமான பெருநிறுவனங்களுக்கும் 10,000க்கும் அதிகமான சிறிய மற்றும் நடுத்தர நிறுவனங்களுக்கும் தலைமைத்துவம், மேலாண்மை, விற்பனை, வியாபார மாதிரி மறுசீரமைப்பு, இலாப மேம்பாடு ஆகிய விஷயங்களில் பல கருத்தரங்குகளை அவர் வடிவமைத்து வழங்கியுள்ளார்.

உலகம் நெடுகிலும் 5,000க்கும் அதிகமான சொற்பொழிவுகளை அவர் ஆற்றியுள்ளார். இதை 50,00,000க்கும் அதிகமானோர் கேட்டுள்ளனர். அவர் தற்போது ஒவ்வோர் ஆண்டும் 2,50,000 மக்களிடையே உரையாற்றி வருகிறார். அவர் உருவாக்கியுள்ள சுவாரசியமான, காணொளி சார்ந்த பயிற்சி வகுப்புகள் 38 நாடுகளில் கற்றுக் கொடுக்கப்படுகின்றன.

பிரையன் டிரேசி ஒரு வெற்றிகரமான நூலாசிரியர். அவர் 80க்கும் அதிகமான நூல்களை எழுதியுள்ளார். அவை 42க்கும் அதிகமான மொழிகளில் மொழிபெயர்க்கப்பட்டு இருக்கின்றன.

பிரையன் டிரேசி தன் மனைவியுடன் கலிபோர்னியாவில் சொலானா பீச் நகரில் வசித்து வருகிறார். அவருக்கு நான்கு குழந்தைகளும் ஐந்து பேரக்குழந்தைகளும் உள்ளனர்.